Essential
Tagalog
phrase book

Compiled by
Renato Perdon

PERIPLUS

Published by Tuttle Publishing, an imprint of
Periplus Editions (HK) Ltd., with editorial offices at
364 Innovation Drive, North Clarendon, Vermont 05759 U.S.A.
and 130 Joo Seng Road #06-01, Singapore 368357.

LCC Card no. 2004274017
ISBN-13: 978-0-7946-0394-6
ISBN-10: 0-7946-0394-7

Previously published as
Essential Filipino Phrase Book ISBN: 0-7946-0040-9

Printed in Singapore

Distributed by:

Asia Pacific
Berkeley Books Pte. Ltd.
130 Joo Seng Road #06-01
Singapore 368357
Tel: (65) 6280-1330   Fax: (65) 6280-6290
inquiries@periplus.com.sg
www.periplus.com

Japan
Tuttle Publishing
Yaekari Building, 3rd Floor
5-4-12 Osaki, Shinagawa-ku
Tokyo 141-0032
Tel: (81) 03 5437-0171   Fax: (81) 03 5437-0755
tuttle-sales@gol.com

North America, Latin America & Europe
Tuttle Publishing
364 Innovation Drive
North Clarendon, VT 05759-9436 U.S.A.
Tel: 1 (802) 773-8930   Fax: 1 (802) 773-6993
info@tuttlepublishing.com
www.tuttlepublishing.com

Indonesia
PT Java Books Indonesia
Kawasan Industri Pulogadung
Jl. Rawa Gelam IV No. 9
Jakarta 13930
Tel: (62) 21 4682-1088   Fax: (62) 20 461-0207
cs@javabooks.co.id

09 08 07 06   8 7 6 5 4 3

Contents

Introduction

● **Welcome to the Periplus Essential Phrase Books series, covering the world's most popular languages and containing everything you'd expect from a comprehensive language series. They're concise, accessible, and easy to understand, and you'll find them indispensable on your trip abroad.**

Each guide is divided into 15 themed sections and starts with a pronunciation table that explains the phonetic pronunciation for all the words and phrases you'll need to know for your trip. At the back of the book is an extensive word list and grammar guide that will help you construct basic sentences in your chosen language.

Throughout the book you'll come across colored boxes with a 🔊 beside them. These are designed to help you if you can't understand what your listeners are saying to you. Hand the book over to them and encourage them to point to the appropriate answer to the question you are asking.

Other colored boxes in the book—this time without the symbol—give alphabetical listings of themed words with their English translations beside them.

For extra clarity, we have put all English words and phrases in **black** and foreign language terms in **red**.

This phrase book covers all subjects you are likely to come across during the course of your visit, from reserving a room for the night to ordering food and drink at a restaurant and what to do if your car breaks down or you lose your traveler's checks and money. With over 2,000 commonly used words and essential phrases at your fingertips, you can rest assured that you will be able to get by in all situations, so let the Essential Phrase Book become your passport to a secure and enjoyable trip!

Pronunciation guide

The national language of the Philippines, Filipino, is based on Tagalog, one of the major languages of the country.

Learning to speak in Tagalog is not difficult. Anyone with a knowledge of English or Spanish pronunciation can easily become familiar with the standard pronunciation of Tagalog words.

Since its adoption in 1987, the new Tagalog alphabet consists of 28 letters: *a, b, c, d, e, f, g, h, i, j, k, l, m, n, ñ, ng, o, p, q, r, s, t, u, v, w, x, y, z.* *(See 1.8 Telephone alphabet for pronunciation of the alphabet)*

The original twenty letters of the old alphabet (*a, b, k, d, e, g, h, i, l, m, n, ng, o, p, r, s, t, u, w, y*) form part of the new alphabet. The additional letters (*c, f, j, ñ, q, x, z*) are mainly used in the spelling of words assimilated from various foreign languages, especially English and Spanish.

The user of this phrase book should not be worried about making errors in communicating with native speakers. You will learn so much from the interactions. Practice in proper pronunciation is a big help. The imitated pronunciation should be read as if it were English (except *ñ* which comes from Spanish), and bearing in mind these main points:

Consonants

b as in *bat*	*b*	*baboy* (pig)
c as in *census*	*c*	*sinag* (ray)
d as in *day*	*d*	*dinig* (heard)
f as in *food*	*f*	*Filipino* (Filipino)
g as in *give*	*g*	*gamot* (medicine)
h as in *hit*	*h*	*higop* (gulp)
j as *dya*	*j*	*dyambori* (jamboree)
or *he* or *ho* when followed by *e* or *o*		
but in the case of words recently borrowed from English, as in *jeep*		
k as in *king*	*k*	*kamera* (camera)
l as in *level*	*l*	*lason* (poison)
m as in *mature*	*m*	*mata* (eyes)
n as in *nut*	*n*	*numero* (number)
ñ as in Spanish *mañana*	*ny*	*Señor* (Mr)
ng as in *England*	*ng*	*ngipin* (teeth)
p as in *patriot*	*p*	*pera* (money)
q as in *question*	*q*	*kuwento* (story)
r as in *rat*	*r*	*radyo* (radio)
s as in *start*	*s*	*silya* (chair)
t as in *time*	*t*	*tasa* (cup)
v as *b*	*v*	*barnis* (varnish)
but in the case of words recently borrowed from English, as in *veto*		
w as in *way*	*w*	*wika* (language)
x as in *x-ray*	*x*	*ekstra* (extra)
y as in *yard*	*y*	*yate* (yacht)
z as *s*	*z*	*soo* (zoo)
but in the case of words recently borrowed from English, as in *zinc*		

Vowels

a like ar in car	a	sabon (soap)
e like ay in way	e	edad (age)
i like ee in meet	i	istakada (stockade)
o like o in note	o	loka (mad)
u like oo in boot	u	luhod (kneel)

Vowel combinations

ia = **ya** or **iya**	piano	*piyano*
ie = **ye** or **iye**	pie	*pye*
io = **yo** or **iyo**	violin	*biyolin*
ua = **wa** or **uwa**	qualifications	*kwalipikasyon*
ue = **we** or **uwe**	question	*kuwestiyon*
ui = **wi** or **uwi**	intuition	*intuwisyon*

Word stress

Correct pronunciation of Tagalog words depends on the stress, which normally falls on the syllable before last, in which case it is unmarked, e.g. *buhay* (life). Sometimes it falls on the last syllable and is marked with an acute accent, e.g. *buháy* (alive).

A number of words have a written grave accent on the last syllable, to indicate that the final vowel has a glottal stop, e.g. *batà* (boy), *binatà* (single male), *labì* (lips).

1

Useful lists

Useful lists

1 .1 **T**oday or tomorrow?

What day is it today? _____ Anong araw ngayon?

Today's Monday _____ Lunes ngayon

Tuesday _____ Martes ngayon

Wednesday _____ Miyerkoles ngayon

Thursday _____ Huwebes ngayon

Friday _____ Biyernes ngayon

Saturday _____ Sabado ngayon

Sunday_____ Linggo ngayon

in January _____ sa Enero

since February _____ mulang Pebrero

in spring_____ sa tagsibol

in summer_____ sa tag-init

in autumn _____ sa taglagas

in winter_____ sa taglamig

dry season_____ tag-araw

wet season/rainy season___ tag-ulan

the twentieth century_____ ang ikadalawampung siglo

the twenty-first century ____ ang ikadalawampu't isang siglo

What's the date today? ____ Anong petsa ngayon?

Today's the 24th_____ Ikadalawampu't apat ngayon

Monday 3 November _____ Lunes 3 Nobyembre

in the morning _____ sa umaga

in the afternoon_____ sa hapon

in the evening _____ sa gabi

at night_____ sa gabi

this morning_____ ngayong umaga

this afternoon	ngayong hapon
this evening	ngayong gabi
tonight	ngayong gabi
last night	kagabi
this week	ngayong linggo
next month	susunod na buwan
last year	noong isang taon/noong nakaraang taon
next...	susunod...
in...days/weeks/ months/years	sa...araw/linggo/buwan/taon
...weeks ago	nakaraang mga...linggo
day off	walang pasok

1 .2 Legal holidays

● **The most important legal holidays** in the Philippines are the following:

January 1	New Year's Day Bagong Taon
February 24	EDSA Revolution Day Araw ng Rebolusyon sa EDSA
March/April	Maundy Thursday and Good Friday Huwebes Santo at Biyernes Santo
9 April	National Day of Valor Araw ng Kagitingan
1 May	Labor Day Araw ng Paggawa
12 June	Independence Day Araw ng Kalayaan
August (last Sunday)	National Heroes Day Araw ng Pambansang mga Bayani
1 November	All Saints' Day Araw ng mga Patay
30 November	Bonifacio Day Araw ni Bonifacio
25 December	Christmas Day Araw ng Pasko
30 December	Rizal Day Araw ni Rizal

Sundays are observed as religious legal holidays. The day approved by law for the holding of a general election is also a legal holiday. On these days, shops and movie theaters are open but banks and government institutions are closed. Individual cities and towns also have public holidays to celebrate their own patron saints and foundation day anniversaries.

What time is it? _____	Anong oras na?
It's nine o'clock _____	Ikasiyam ng umaga/hapon
five past ten _____	Limang minuto makaraan ang ikasampu ng umaga/hapon
a quarter past eleven _____	Labinlimang minuto makaraan ang ikalabing-isa ng umaga/hapon
twenty past twelve _____	Dalawampung minuto makaraan ang ikalabindalawa ng umaga/hapon
half past one _____	Tatlumpung minuto makaraan ang unang oras ng umaga/hapon
twenty-five to three _____	Dalawampu't limang minuto bago magikatlo ng umaga/hapon
a quarter to four _____	Labinlimang minuto bago magikaapat ng umaga/hapon
ten to five _____	Sampung minuto bago magikalima ng umaga/hapon
It's midday (twelve noon) __	Ikalabindalawa ng tanghali
It's midnight _____	Hatinggabi na
half an hour _____	kalahating oras
What time? _____	Anong oras?
What time can I come by? _	Anong oras ako maaaring pumunta?
At... _____	Sa...
After... _____	Makaraan...
Before... _____	Bago...
Between...and...(o'clock) __	Sa pagitan ng...at...
From...to... _____	Mula...hanggang...
In...minutes _____	Sa loob ng...minuto
an hour _____	isang oras
...hours _____	...oras
a quarter of an hour _____	labinlimang minuto
three quarters of an hour __	apatnapu't limang minuto

too early/late _____ napakaaga/huli na

on time _____ nasa oras

1 .4 One, two, three...

0 _____	sero
1 _____	isa
2 _____	dalawa
3 _____	tatlo
4 _____	apat
5 _____	lima
6 _____	anim
7 _____	pito
8 _____	walo
9 _____	siyam
10 _____	sampu
11 _____	labing-isa
12 _____	labindalawa
13 _____	labintatlo
14 _____	labing-apat
15 _____	labinlima
16 _____	labing-anim
17 _____	labimpito
18 _____	labingwalo
19 _____	labinsiyam
20 _____	dalawampu
21 _____	dalawampu't isa
22 _____	dalawampu't dalawa
30 _____	tatlumpu
31 _____	tatlumpu't isa
32 _____	tatlumpu't dalawa
40 _____	apatnapu
50 _____	limampu
60 _____	animnapu
70 _____	pitumpu
80 _____	walumpu
90 _____	siyamnapu
100 _____	isang daan
101 _____	isandaa't isa
110 _____	isandaa't sampu
120 _____	isandaa't dalawampu
200 _____	dalawang daan
300 _____	tatlong daan
400 _____	apat na raan
500 _____	limang daan
600 _____	anim na raan
700 _____	pitong daan
800 _____	walong daan
900 _____	siyam na raan
1,000 _____	isang libo
1,100 _____	isang libo't isang daan

2,000	_____	dalawang libo
10,000	_____	sampung libo
100,000	_____	sandaang libo
1,000,000	_____	isang milyon

1st	_____	una
2nd	_____	ikalawa/pangalawa
3rd	_____	ikatlo/pangatlo
4th	_____	ikaapat/pang-apat
5th	_____	ikalima/panlima
6th	_____	ikaanim/panganim
7th	_____	ikapito/pampito
8th	_____	ikawalo/pangwalo
9th	_____	ikasiyam/pansiyam
10th	_____	ikasampu/pansampu
11th	_____	ikalabing-isa/panlabing-isa
12th	_____	ikalabindalawa/panlabindalawa
13th	_____	ikalabintatlo/panlabintatlo
14th	_____	ikalabing-apat/panlabing-apat
15th	_____	ikalabinlima/panlabinlima
16th	_____	ikalabing-anim/panlabing-anim
17th	_____	ikalabimpito/panlabimpito
18th	_____	ikalabingwalo/panlabingwalo
19th	_____	ikalabinsiyam/panlabinsiyam
20th	_____	ikadalampu/pandalawampu
21st	_____	ikadalawampu't isa/pandalawampu't isa
22nd	_____	ikadalawampu't dalawa/pandalawampu't dalawa
30th	_____	ikatatlumpu/pantatlumpu
100th	_____	ikaisandaan
1,000th	_____	ikaisanlibo

once _____ minsan

twice _____ dalawang beses

double _____ doble/dalawa

triple _____ tatlo/tatluhan

half _____ kalahati

a quarter _____ ikaapat na bahagi

a third _____ ikatlong bahagi

some/a few _____ sinuman/iilan

even/odd _____ pantay/hindi mahahati sa dalawa

total _____ total/kabuuan

1.5 The weather

Is the weather going to _____ Magiging maganda/masama ba ang
be good/bad? panahon?

Is it going to get _____ Magiging malamig/mainit ba?
colder/hotter?

What temperature is it _____ Ano ang magiging panahon?
going to be?

Is it going to rain? _____ Uulan ba?

Is there going to be a _____ Magkakaroon ba ng bagyo?
storm?

Is it going to be foggy? _____ Magiging maulap ba?

Is there going to be a _____ Magkakaroon ba ng kulog?/Kukulog ba?
thunderstorm?

The weather's changing _____ Nagpapalit ang panahon

It's going to be cold _____ Magiging malamig

What's the weather _____ Ano ang magiging panahon
going to be like ngayon/bukas?
today/tomorrow?

bagyo/unos	maaraw	maulap
storm	sunny/sunny day	cloudiness
basa-basa/	maganda	maulap/malabo
mahalumigmig	fine	fog/foggy
humid	mahalumigmig	napakainit
bugso ng hangin	stifling	very hot
gusts of wind	mahangin	nyebe/isnow
buhawi/ipuipo	windy	snow
hurricane	mahinay	tag-init
...digri (kulang/	mild	heatwave
lampas ng sero)	mainit/maalinsangan	ulan
...degrees (below/	sweltering/muggy	rain
above zero)	malakas na buhos	ulang may yelo
hamog/nagyelo	downpour	hail
frost/frosty	malakas na ulan	walang ulap/
hangin	heavy rain	maliwanag
wind	malamig	fine/clear
katamtaman/malaka/	bleak/cool	walang ulap/maulap/
napakalas na	malamig at	makulimlim
hangin	mamasa-masa	clear skies/cloudy/
moderate/strong/	cold and damp	overcast
very strong winds		

.6 Here, there...

See also 5.1 Asking for directions

here/over here	dito/nandito
there, over there	doon/ nandoon
somewhere/nowhere	kung saan/wala kahit saan
everywhere	saanman
far away/nearby	malayong-malayo/kalapit
(on the) right/(on the) left	kanan/kaliwa
to the right/left of	sa kanan ng/sa kaliwa ng
straight ahead	tuloy-tuloy/deretso
via	sa pamamagitan ng
in/to	sa
on	nasa
under	sa ilalim
against	laban sa
opposite/facing	katapat/kaharap

next to _____	katabi
near _____	malapit
in front of _____	sa harap ng
in the center _____	sa gitna ng
forward _____	pasulong
down _____	paibaba
up _____	paitaas
inside _____	sa loob
outside _____	sa labas
behind _____	sa hulihan/sa likuran
at the front _____	sa harapan
at the back/in line _____	sa hulihan/nasa linya
in the north _____	sa hilaga
to the south _____	sa katimugan
from the west _____	mula sa kanluran
from the east _____	mula sa silangan
to the...of _____	sa...ng

1.7 What does that sign say?

See 5.2 Traffic signs

basang pintura **wet paint**	ginagamit **engaged**	ipinagbibili **for sale**
bawal mamaril/ mangisda **no hunting/fishing**	hatakin/hilahin **pull**	itulak **push**
bawal manigarilyo/ bawal magkalat **no smoking/no litter**	hindi ginagamit **not in use**	kahera/kahero **cashier**
bawal pumasok **no access/no entry**	(hindi) inuming tubig **(no) drinking water**	mag-ingat sa aso **beware of the dog**

bukas
open
	huwag
	maingay/hawakan
	please do not
	  disturb/touch
		mainit/malamig na
		  tubig
		hot/cold water

departamento sa sunog **fire department**	impormasyon **information**	malakas na boltahe **high voltage**
		mga banyo **bathrooms**

16

nabili na lahat/ ubos na	pasukan (libre)	sangay pangimpormasyon ng turista
sold out	**entrance (free)**	**tourist information bureau**
nakareserba	paupahan	silid hintayan
reserved	**for hire**	**waiting room**
ospital	pedestriyan	sira/hindi magagamit
hospital	**pedestrians**	**out of order**
otel	pinauupahan	takasan sa sunog/. eskeleytor
hotel	**for rent**	**fire escape/escalator**
palitan	prenong pangkagipitan	talaorasan
exchange	**emergency brake**	**timetable**
panganib	pulis	tanggapan ng koreo
danger	**police**	**post office**
panganib sa apoy/ panganib sa buhay	pulis (munisipyo)	tanggapan ng tiket
danger/fire hazard (pangkagipitan)	**(municipal) police**	**ticket office**
labasan	pulis trapiko	tigil/hinto
(emergency) exit	**traffic police**	**stop**
pangunang lunas/ aksidente at biglang pangangailangan (ospital)	puno/marami	
	full	
first aid/accident and emergency (hospital)	sarado (walang pasok/ipinaaaayos)	
	closed (for holiday/ refurbishment)	

1 .8 Telephone alphabet

● **Since the adoption of Filipino** as the national language of the Philippines in 1987, pronunciation of the new alphabet follows the English pronunciation, e.g. A as in America.

a	ey
b	bi
c	si
d	di
e	i
f	ef
g	dzi
h	eyts
i	ay
j	dzey
k	key
l	el
m	em
n	en
ñ	enye
ng	en dzi
o	o
p	pi
q	kyu
r	ar
s	es

t _____	ti
u _____	yu
v _____	vi
w _____	dobol yu
x _____	eks
y _____	way
z _____	zi

1.9 Personal details

surname _____	apelyido
first name _____	pangalan
initials _____	inisyal
address (street/number) ___	direksiyon/tirahan (kalye/numero)
postal (zip) code _____	postal kod
sex (male/female) _____	seks (lalaki/babae)
nationality/citizenship _____	nasyonalidad/pagkamamamayan
date of birth _____	araw ng kapanganakan
place of birth _____	lugar ng kapanganakan
occupation _____	trabaho/hanapbuhay
marital status _____	katayuang pangkasal
married, single _____	kasal, nagsosolo
widowed _____	biyudo/a
(number of) children _____	anak (ilan)
passport/identity card/driving license number _____	pasaporte/ID/lisensiya sa pagmaneho
place and date of issue ____	lugar at petsa ng isyu
signature _____	pirma/lagda

2

Courtesies

Courtesies

● **It is usual** in the Philippines to shake hands on meeting and parting company. Female friends and relatives may kiss each other on both cheeks when doing so. For men, this is seldom done, particularly for a majority of the people, but it is sometimes a practice in the higher echelon of the society. When taking leave, it is also polite to say 'take care' and 'let see each other again', i.e. *mag-ingat ka* and *sige, sa muling pagkikita*.

2 .1 **G**reetings

Hello/Good morning, _____ Mr Williams	Helo (or Halo)/Magandang umaga, Ginoong Williams
Hello/Good morning, _____ Mrs Jones	Helo (or Halo)/Magandang umaga, Ginang Jones
Hello, Peter _____	Halo, Peter
Hi, Helen _____	Hi, Helen
Good morning, madam____	Magandang umaga, Ginang
Good afternoon, sir _____	Magandang gabi, Ginoo/Mister
Good afternoon/evening ___	Magandang hapon/gabi
Hello/Good morning_____	Halo/Magandang umaga
How are you?/How are ____ things?	Kumusta ka?/Ano ba ang atin?
Fine, thank you, and you? _	Mabuti, salamat, at ikaw?
Very well, and you? _____	Mabuti, at ikaw?
In excellent health/ _____ In great shape	Nasa mabuting kalagayan/Napakabuti
So-so _____	Hindi mabuti at hindi masama/Okey lang
Not very well _____	Masama ang pakiramdam
Not bad _____	Hindi masama
I'm going to leave_____	Aalis na ako
I have to be going, _____ someone's waiting for me	Kailangang umalis na ako, may naghihintay pa sa akin
Good-bye_____	Adiyos/Babay/Hanggang sa muli

See you later _____ Sige, hanggang sa muling pagkikita

See you soon _____ Sige, magkita na lamang tayo

See you in a little while_____ Sige, magkita tayo kaagad

Sweet dreams _____ Matulog ka ng mahimbing

Good night _____ Magandang gabi sa iyo

All the best _____ Maging mabuti sana ang lahat sa iyo

Have fun _____ Magsaya ka

Good luck _____ Suwertihin ka sana/Palarin ka sana

Have a nice vacation _____ Magkaroon ka sana ng kasiya-siyang
pagbabakasyon

Bon voyage/Have a_____ Maligayang paglalakbay/Masiyahan ka
good trip sana sa iyong biyahe

Thank you, the same _____ Salamat, ikaw rin
to you

Give my regards to... _____ Ipakibati mo si.../Ikumusta mo ako kay...

Say hello to..._____ Batiin mo si/Kumustahin mo si...para sa
akin

2 .2 **H**ow to ask a question

Who? _____ Sino?

Who's that?/Who is it?/ ____ Sino iyon?/Sino iyan?/
Who's there? Sino ang nandiyan?

What? _____ Ano?

What is there to see? _____ Ano ang makikita dito?

What category of hotel ____ Anong klase ng otel ito?
is it?

Where?_____ Saan?

Where's the bathroom? ____ Saan ang banyo?

Where are you going? _____ Saan ka pupunta?

Where are you from? _____ Tagasaan ka?/Saan ka nanggaling?

What?/How? _____ Ano?/Paano?

How far is that? _____ Gaano ang layo nito?

How long does that take?	Gaano ang tagal nito?
How long is the trip?	Gaano ang tagal ng biyahe?
How much?	Magkano?
How much is this?	Magkano ito?
What time is it?	Anong oras na?
Which one/s?	Alin dito?/Alin sa mga ito?
Which glass is mine?	Alin ang baso ko?
When?	Kailan?
When are you leaving?	Kailan ka aalis?
Why?	Bakit?
Could you...?	Maaari pa ba na...?
Could you help me/ give me a hand please?	Maaari po ba na tulungan ninyo ako/pakitulungan mo ako?
Could you point that out to me/show me please?	Maaari ba na sabihin mo sa akin/ipakita mo sa akin?
Could you come with me, please?	Maaari ba na sumama kayo sa akin?
Could you reserve/book me some tickets please?	Maaari po ba na ipagreserba ninyo ako ng ilang tiket?
Could you recommend another hotel?	Maaari ka ba na magrekomenda ng ibang otel?
Do you know...?	Alam mo ba...?
Do you know whether...?	Alam mo ba kung...?
Do you have...?	Mayroon ba kayong...?
Do you have a...for me?	Mayroon ba kayong...para sa akin?
Do you have a vegetarian dish, please?	Mayroon po ba kayong pagkaing gulay?
I would like...	Nais kong...
I'd like a kilo of apples, please	Gusto ko po ng isang kilo ng mansanas
Can/May I?	Maaari ba?/Maaari ba akong...?

Can/May I take this away? _ Maaari ba na dalhin ko ito?

Can I smoke here? _____ Maaari ba akong manigarilyo dito?

Could I ask you _____ Maaari ba akong magtanong?
something?

2 .3 How to reply

Yes, of course_____ Oo, iyon lang pala

No, I'm sorry _____ Hindi, ikinalulungkot ko

Yes, what can I do for _____ Oo, ano ang maipaglilingkod ko sa inyo?
you?

Just a moment, please ____ Sandali po lamang

No, I don't have time _____ Hindi, wala na akong oras ngayon
now

No, that's impossible _____ Hindi, imposible iyan

I think so/I think that's _____ Sa palagay ko/Sa palagay ko totoo iyan
absolutely right

I think so too/I agree _____ Sa palagay ko rin/Sang-ayon ako

I hope so too _____ Inaasahan ko rin

No, not at all/ _____ Hindi, hindi talaga/
Absolutely not   Hindi, talagang hindi

No, no one _____ Hindi, walang sinuman

No, nothing_____ Hindi, wala

That's right _____ Totoo iyan

Something's wrong _____ Mayroon bang masama

I agree/don't agree _____ Oo, payag ako/hindi, ako pumapayag

OK/it's fine_____ Okey lang/wala iyan

OK, all right_____ Okey, okey

Perhaps/maybe _____ Malamang/marahil

I don't know _____ Hindi ko alam/Aywan ko

2 .4 Thank you

Thank you _____ Salamat sa iyo

You're welcome _____ Walang anuman

Thank you very much/_____ Maraming maraming salamat/
Many thanks   Maraming salamat

Very kind of you _____ Napakabuti ninyo

My pleasure _____ Ikinasisiya ko/Ikinararangal ko/
                          Pag-utusan po

I enjoyed it very much_____ Lubos akong nasiyahan

Thank you for... _____ Salamat sa iyo sa...

You shouldn't have/ _____ Hindi mo sana ginawa/
That was so kind of you   Napakabuti mo naman

Don't mention it! _____ Wala iyon

That's all right _____ Okey lang iyon

2.5 Sorry

Excuse me/Sorry _____ Ipagpaumahin mo ako/Sori

Excuse me/Pardon me_____ Sandali lamang/Ano kamo

Sorry, I didn't know _____ Ipagpaumanhin mo, hindi ko alam na...
that...

I do apologize_____ Pasensiya na po kayo

I'm sorry _____ Nagsisisi ako

I didn't mean it/ _____ Hindi ko sinasadya/
It was an accident   Aksidente po iyon

That's all right/_____ Walang anuman iyan/
Don't worry about it   Huwag kang mabahala tungkol doon

Never mind/Forget it _____ Hindi na bale/Kalimutan mo na iyon

It could happen to_____ Maaaring mangyari ito kaninuman
anyone

2.6 What do you think?

Which do you prefer/_____ Ano po ang mas gusto ninyo
like best

What do you think? _____ Ano ang palagay mo?

Don't you like dancing?____ Ayaw mo ba ng pagsasayaw?

I don't mind _____ Wala akong tutol

Well done!	Napakagaling mo!/Napakagaling nila!
Not bad!	Hindi masama!
Great!/Marvelous!	Magaling!/Kahang-hanga!
Wonderful!	Napakagaling!
How lovely!	Kaakit-akit!/Kaibig-ibig!
I am pleased for you	Nagagalak ako para sa inyo/ Nagagalak ako para sa iyo
It's really nice here!	Talagang maganda rito!
How nice!	Napakaganda!
How nice of you!	Napakabuti mo naman!
I'm not very happy with...	Hindi ako nasisiyahan sa...
I'm glad that....	Nagagalak ako na...
I'm having a great time	Nasisiyahan ako/Siyang-siya ako
I can't wait till tomorrow/ I'm looking forward to tomorrow	Hindi na ako makapaghintay ng bukas/ Hihintayin ko ang bukas
I hope it works out	Sana matuloy/Sana mangyari
How awful!	Nakapangingilabot!
It's horrible!	Nakakasindak!
That's ridiculous!	Katawatawa iyan!
That's terrible!	Nakakapanghilakbot iyan!
What a pity/shame!	Nakakaawa/Nakakahiya!
How disgusting!	Nakakasuklam!
What nonsense/How silly!	Kalokohan/Kaululan!
I don't like it/them	Hindi ko gusto ito/Hindi ko sila gusto
I'm bored to death	Yamot-na-yamot ako
I'm fed up	Sawang-sawa na ako
This is no good	Hindi maganda ito
This is not what I expected	Hindi ito ang inaasahan ko

3

Conversation

3 Conversation

3.1 I beg your pardon?

I don't speak any/ _____ Hindi ako nagsasalita ng.../Nagsasalita
  I speak a little... ako ng kaunting...

I'm American _____ Ako ay Amerikano

Do you speak English? ____ Nagsasalita ba kayo ng Ingles?

Is there anyone who_____ May nakapagsasalita ba ng...?
  speaks...?

I beg your pardon/What? __ Sandali po lamang/Ano?

I don't understand_____ Hindi ko maintindihan

Do you understand me? ___ Naiintindihan po ba ninyo ako?

Could you repeat that, _____ Pakiulit po lamang?
  please?

Could you speak more_____ Maaari po ba na magsalita kayo ng mas
  slowly, please? mabagal?

What does that mean?/ ____ Ano ang ibig sabihin niyan?/
  that word mean? ng salitang iyan?

It's more or less the _____ Mas o menos pareho lamang.../
  same as... Humigit kulumang pareho ng...

Could you write that_____ Maaari po ba ninyong isulat iyan para sa
  down for me, please? akin?

Could you spell that for____ Maaari po ba ninyong ispelingin iyan para
  me, please? sa akin?

Could you point that _____ Pakituro po lamang ito sa aklat-parirala?
  out in this phrase book,
  please?

See also 1.8 Telephone alphabet

Just a minute, I'll look _____ Sandali po lamang, Hahanapin ko
  it up

I can't find the word/ _____ Hindi ko makita ang salita/
  the sentence ang pangungusap

How do you say that _____ Paano ninyo sasabihin iyan sa...?
  in...?

How do you pronounce____ Paano ninyo bibigkasin iyan?
  that?

Conversation

3

May I introduce myself? ___	Maaari ba na magpakilala ng aking sarili?
My name's... _____	Ang pangalan ko ay...
I'm... _____	Ako ay...
What's your name? _____	Ano ang inyong pangalan?/ Ano ang Pangalan mo?
May I introduce...? _____	Maaari po ba na ipakilala ko si...?/ Maaari ba na ipakilala ko si...?
This is my wife/ _____ husband	Siya ang aking asawa
This is my daughter/son ___	Siya ang aking anak na babae/lalake
This is my mother/father___	Siya ang aking ina/ama
This is my fiancée/fiancé___	Siya ang aking nobya/nobyo
This is my friend (m./f.) ____	Siya ang aking kaibigang lalaki/babae
How do you do? _____	Kumusta kayo?
Hi, pleased to meet you ___	Hi, nagagalak akong makilala ka
Pleased to meet you_____	Nagagalak akong makilala kayo
Where are you from? _____	Tagasaan sila?/Tagasaan ka?
I'm American _____	Ako ay Amerikano
What city do you live in? __	Saang lungsod ka nakatira?
In...near... _____	Sa...malapit...
Have you been here _____ long?	Matagal ka na ba rito?
A few days _____	Ilang araw lamang
How long are you _____ staying here?	Gaano ang itatagal ninyo dito?
We're probably leaving ____ tomorrow/in two weeks	Marahil kami ay aalis bukas/sa loob ng dalawang linggo
Where are you staying? ___	Saan ka nakatira?
I'm staying in a hotel/ _____ an apartment	Nakatira ako sa otel/sa isang apartment
At a campsite _____	Sa isang kampo

I'm staying with friends/ ___ relatives	Nakatira ako sa aking mga kaibigan/ kamag-anak
Are you here on your own? Are you here with your family?	Nag-iisa ka ba rito? Kasama mo ba ang iyong pamilya?
I'm on my own ___	Nag-iisa ako/Nagsosolo ako
I'm with my partner/ wife/husband	Kasama ko ang aking kapartner/asawa
– with my family ___	– ang aking pamilya
– with relatives ___	– ang aking mga kamag-anak
– with a friend/friends ___	– ang aking kaibigan/mga kaibigan
Are you married? ___	May-asawa ka ba?
Are you engaged?/ Do you have a steady boy/girlfriend?	Ikakasal ka na ba?/ May kasintahan ka ba?
That's none of your ___ business	Wala ka na roon/Wala kang pakialam
I'm married ___	Ako ay may-asawa/Ako ay kasal
I'm single ___	Ako ay nagsosolo
I'm not married ___	Ako ay hindi kasal
I'm separated ___	Hiwalay ako
I'm divorced (m./f.) ___	Ako ay diborsiyado/a
I'm a widow/widower (m./f.) ___	Ako ay biyudo/a
I live alone/ ___ with someone	Ako ay namumuhay na mag-isa/ Ako ay namumuhay na may kasama
Do you have any ___ children/grandchildren?	Mayroon ba kayong mga anak/apo?
How old are you? ___	Ilang taon na kayo/Ilang taon ka na?
How old is she/he? ___	Ilang taon na siya?
I'm...(years old) ___	Ako ay...(taong gulang)
She's/he's...(years old) ___	Siya ay...(taong gulang)
What do you do for a ___ living?	Ano ang inyong hanapbuhay?/Ano ang inyong trabaho?

Conversation

I work in an office _____	Nagtatrabaho ako sa opisina
I'm a student _____	Estudyante ako
I'm unemployed _____	Wala akong trabaho
I'm retired _____	Retirado ako
I'm on a disability pension _____	Ako ay may pensiyon sa pagkabaldado
I'm a housewife _____	Ako ay maybahay
Do you like your job? _____	Nagugustuhan mo ba ang iyong trabaho?
Most of the time _____	Karamihan ng oras
Mostly I do, but I prefer vacations _____	Sa karamihan, Oo, ngunit mas gusto ko ang bakasyon

3.3 Starting/ending a conversation

Could I ask you something? _____	Maaari ba akong magtanong sa inyo?
Excuse me/ Pardon me _____	Saglit po lamang/ Sandali po lamang
Could you help me please? _____	Maaari po ba na tulungan ninyo ako?
Yes, what's the problem? __	Oo, ano ang problema?
What can I do for you? ____	Ano ang magagawa ko para sa inyo?
Sorry, I don't have time now _____	Pasensiya, wala na akong panahon ngayon
Do you have a light? _____	May pansindi ba kayo?
May I join you? _____	Maaari ba akong sumali sa inyo?
Could you take a picture of me/us? _____	Maaari ba ninyong kunan ang aking retrato?
Leave me alone _____	Iwan mo akong mag-isa
Get lost _____	Alis diyan/Umalis ka riyan
Go away or I'll scream _____	Alis diyan kung hindi sisigaw ako

③ .4 Congratulations and condolences

Happy birthday/Many _____ Maligayang kaarawan
happy returns

Please accept my _____ Nakikiramay po ako
condolences

My deepest sympathy _____ Lubos po akong nakikiramay sa inyo

③ .5 A chat about the weather

See also 1.5 The weather

It's so hot/cold today! _____ Napakainit/Napakalamig ngayon!

Isn't it a lovely day? _____ Napaganda talaga ng araw?

It's so windy/what a _____ Napakalakas ng hangin/talagang bagyo!
storm!

All that rain/snow! _____ Napakalakas ng ulan/niyebe!

It's so foggy! _____ Napakamaulap!

Has the weather been _____ Matagal na ba na ganito ang panahon?
like this for long?

Is it always this hot/ _____ Lagi ba na ganito kainit/kalamig dito?
cold here?

Is it always this dry/ _____ Lagi ba na tuyo/mamasa-masa dito?
humid here?

③ .6 Hobbies

Do you have any _____ May libangan ba kayo?
hobbies?

I like knitting/reading/ _____ Gusto ko ang magniting/magbasa/
photography   potograpiya

I enjoy listening to music _ Nasisiyahan ako sa pakikinig ng musika

I play the guitar/ _____ Naggigitara/
the piano   nagpipiyano ako

I like the cinema _____ Gusto ko ang sine

I like traveling/playing _____ Gusto ko ang paglalakbay/paglalaro ng
sports/going fishing/   isport/pangingisda/paglalakad
going for a walk

Conversation

3.7 Being the host(ess)

See also 4 Eating out

Can I offer you a drink? ____ Maaari ba na ikuha ko kayo ng inumin?

What would you like _____ Ano ang gusto ninyong inumin?
to drink?

Something non-alcoholic, __ Iyon pong walang alkohol
please

Would you like a _____ Gusto ninyo ba ng sigarilyo/tabako?
cigarette/cigar?

I don't smoke _____ Hindi ako naninigarilyo

3.8 Invitations

Are you doing anything ___ May gagawin ka ba ngayong gabi?
tonight?

Do you have any plans ____ May plano ka ba ngayong araw/ngayong
for today/this afternoon/ hapon/ngayong gabi?
tonight?

Would you like to go _____ Gusto mo ba na lumabas na kasama ako?
out with me?

Would you like to go _____ Gusto mo ba na makipagsayaw sa
dancing with me? akin?/Gusto mo ba na sumayaw?

Would you like to have ____ Gusto mo ba na mananghalian/
lunch/dinner with me? maghapunan na kasama ako?

Would you like to come ___ Gusto mo ba na sumama sa akin sa
to the beach with me? dalampasigan?

Would you like to come ___ Gusto mo ba na sumama sa amin sa
into town with us? bayan?

Would you like to come ___ Gusto mo ba na sumama sa amin at
and see some friends makita ang ilang kaibigan?
with us?

Shall we dance? _____ Maaari ba tayong magsayaw?

– sit at the bar? _____ – maupo sa bar?

– get something to drink? __ – kumuha ng maiinom?

– go for a walk/drive? _____ – lumabas at maglakad/magdrayb?

Yes, all right _____ Oo, tayo na

Good idea _____ Mabuting ideya

No, thank you	Hindi, salamat sa iyo
Maybe later	Saka na
I don't feel like it	Wala akong gana
I don't have time	Wala akong panahon
I already have a date	Mayroon na akong ka-deyt/Mayroon na akong kakatagpuin
I'm not very good at dancing/volleyball/ swimming	Hindi ako magaling sa pagsasayaw/ balibol/paglalangoy

3.9 Paying a compliment

You look great!	Napakaganda mo!
I like your car!	Nagugustuhan ko ang iyong kotse!
You are very nice	Napakabait mo
What a good boy/girl!	Napakabuting bata!
You're a good dancer	Napagaling mong mananayaw
You're a very good cook	Napakahusay mong magluto
You're a good soccer player	Nakapakagaling mong maglaro ng saker

3.10 Intimate comments/questions

I like being with you	Gusto ko na laging kasama ka
I've missed you so much	Labis akong nasasabik sa iyo
I dreamt about you	Napapanaginipan kita
I think about you all day	Nasa-isip kita ng buong araw
I've been thinking about you all day	Laging naiisip kita sa buong araw
You have such a sweet smile	Napakatamis ng iyong ngiti
You have such beautiful eyes	Napakaganda ng iyong mga mata
I'm fond of you	Kinagigiliwan kita
I'm in love with you	Umiibig ako sa iyo

3

Conversation

I'm in love with you too ___ Umiibig din ako sa iyo

I love you_____ Mahal kita/Iniibig kita

I love you too _____ Mahal din kita/Iniibig din kita

I don't feel as strongly _____ Wala akong matinding nararamdaman
about you   para sa iyo

I already have a _____ May kasintahan na ako
girlfriend/boyfriend

I'm not ready for that_____ Hindi pa ako handa para diyan

I don't want to rush into it _ Hindi ko gustong magmadali

Take your hands off me____ Alisin mo ang kamay mo sa akin

Okay, no problem _____ Okey, walang problema

Will you spend the night___ Sasama ka ba sa akin na matulog?/
with me?   Sisiping ka ba sa akin?

I'd like to go to bed with ___ Nais kung matulog na kasama ka
you

Only if we use a condom __ Kung gagamit lamang tayo ng kondom

We have to be careful _____ Kailangang mag-ingat tayo tungkol sa
about AIDS   AIDS

That's what they all say____ Iyan ang sinasabi ng lahat

We shouldn't take any _____ Hindi tayo dapat sumuong sa panganib
risks

Do you have a condom? ___ Mayroon ka bang kondom?

No? Then the answer's ____ Wala? Kung gayon ang sagot ay hindi
no

When will I see you _____ Kailan kita muling makikita?
again?

Are you free over the_____ Libre ka ba sa Sabado at Linggo?
weekend?

What's the plan, then? _____ Ano ang balak mo?

Where shall we meet? _____ Saan tayo magkikita?

Will you pick me/us up? ___ Susunduin mo ba ako/kami?

Shall I pick you up? _____ Susunduin ba kita?

I have to be home by... ____ Kailangang makauwi ako ng bahay ng...

I don't want to see you ____ Ayaw na kitang makita
anymore

③ .12 Saying good-bye

Can I take you home? _____ Maaari ba kitang ihatid sa inyong bahay?

Can I write/call you? _____ Maaari ba kitang sulatan/tawagan?

Will you write to me/ _____ Susulat ka ba sa akin/tatawag ka ba sa
call me? akin?

Can I have your address/ __ Maaari ba na ibigay mo sa akin ang iyong
phone number? tirahan/numero ng telepono?

Thanks for everything ____ Salamat para sa lahat

It was a lot of fun _____ Napakasaya noon

Say hello to..._____ Pakikumusta mo kay...

All the best _____ Pagbati sa lahat

Good luck _____ Palarin ka sana

When will you be back? ___ Kailan ka babalik?

I'll be waiting for you_____ Maghihintay ako sa iyo/Hihintayin kita

I'd like to see you again ___ Nais kitang makitang muli

I hope we meet again ____ Sana magkita pa tayo kaagad
soon

Here's our address._____ Narito ang aking tirahan. Kung nasa
If you're ever in the Estados Unidos ka...
United States...

You'd be more than _____ Higit pa kitang tatanggapin
welcome

4

Eating out

Eating out

● **In the Philippines** people usually have three main meals a day. *Almusal* (breakfast) is eaten between 7 am and 10 am. It generally consists of fried rice, dried fish (*tuyo*) or smoked fish (*tinapa*) or *tapa* (meat), fried eggs, and either coffee, tea, or ginger (*salabat*). Ordinary people usually have for their breakfast hot *pandesal* (salt bread) with coffee or *tsokolate* (hot chocolate). For those from the higher-earning income group, breakfast normally follows the Western pattern of bacon and eggs, toast, orange juice, and coffee or tea.

Tanghalian (lunch) is traditionally eaten at home or in the case of workers at small restaurants called *karenderiya* between 12 noon and 2 pm, and includes one or two hot dishes and boiled or fried rice. Lunch is considered the most important meal of the day. Many workers and students bring their own lunch provisions when they leave their homes or buy take-away food during the lunch break. Lunch usually consists of two or three courses, including a main course of a variety of meat or fish dishes with vegetables. During the afternoon break at 3 pm, cakes and local delicacies are usually eaten and on Sundays or festive occasions special home-cooked dishes are prepared and served.

Hapunan (dinner) is eaten between 7 pm and 9 pm and is a light meal, often including soup and dessert, and is usually taken with the entire family.

When dining, note that most restaurants and other eating places in the Philippines have a cover charge which includes service fee. Wherever you go, you will surely find a variety of local delicacies to try.

**.1 On arrival

I'd like to reserve a _____ table for seven o'clock, please	Nais ko po na magpareserba ng mesa sa ikapito ng umaga/gabi
A table for two, please _____	Pandalawahang mesa po
We've/We haven't _____ reserved	Kami ay/Hindi kami nagpareserba
Is the restaurant open yet?_	Ang restoran ba ay bukas na?
What time does the _____ restaurant open?/What time does the restaurant close?	Anong oras nagbubukas ang restoran?/ Anong oras nagsasara ang restoran?
Can we wait for a table? ___	Maaari ba kaming maghintay ng mesa
Do we have to wait long?_	Maghihintay pa ba tayo ng matagal?
Is this seat taken? _____	Mayroon bang nakaupo dito?
Could we sit here/there? ___	Maaari ba tayong maupo dito/doon
Can we sit by the _____ window?	Maaari ba kaming maupo sa malapit sa bintana?

Are there any tables outside?	Mayroon bang mesa sa labas?
Do you have another chair for us?	Mayroon ba kayong dagdag na upuan para sa amin?
Do you have a highchair?	Mayroon ba kayong mataas na silya?
Is there a socket for this bottle-warmer?	Mayroon bang saket para sa pampainit ng boteng ito?
Could you warm up this bottle/jar for me?	Maaari ba na initin ninyo ang bote/ garapon?
Not too hot, please	Huwag pong masyadong mainit
Is there somewhere I can change the baby's diaper?	May lugar ba na makapagpapalit ako ng lampin ng bata?
Where are the restrooms?	Nasaan ang silid pahingahan?

May reserbasyon ba kayo?	Do you have a reservation?
Ano po ang pangalan?	What name please?
Tuloy po, dito po	This way, please
Ang mesang ito ay nakareserba	This table is reserved
Magkakaroon po kami ng bakanteng mesa sa loob ng labinlimang minuto	We'll have a table free in fifteen minutes
Maaari ba kayong maghintay?	Would you mind waiting?

4.2 Ordering

Waiter/Waitress!	Weyter/Weytres!
Madam!	Ginang!/Misis!/Binibini!
Sir!	Ginoo!/Mister!
We'd like something to eat/drink	Gusto po naming kumain/uminom
Could I have a quick meal?	Maaari ba na bigyan ninyo ako ng mabilisang pagkain?
We don't have much time	Wala kaming sapat na panahon
We'd like a drink first	Gusto muna naming uminom
Could we see the menu/ wine list, please?	Maaari ba naming makita ang menu/ listahan ng alak?
Do you have a menu in English?	May menu ba kayo sa Ingles?

Do you have a dish of _____ the day/a tourist menu?	Mayroon ba kayong espesyal na pagkain ng araw/menu panturista?
We haven't made a_____ choice yet	Hindi pa kami nakapamimili
What do you_____ recommend?	Ano ang mairerekomenda ninyo?
What are the local/ _____ your specialties?	Ano ang espesyal na putaheng lokal/ inyong mga espesyal na putahe?
I don't like meat/fish_____	Ayaw ko ng karne/isda
What's this? _____	Ano ito?
Does it have...in it? _____	Mayroon ba na...sa loob nito?
Is it stuffed with...? _____	Ito ba ay pinalamanan ng...?
What does it taste like? ____	Ano ang lasa nito?
Is this a hot or cold dish? __	Ito ba ay mainit o malamig na pagkain?
Is this sweet/hot/spicy? ____	Ito ba ay matamis/mainit/maanghang?
Do you have anything _____ else, by any chance?	Mayroon pa ba kayo ng ibang pagkain?
I'm on a salt-free diet_____	Walang asin ang pagkain ko
I can't eat pork _____	Hindi ako maaaring kumain ng karneng baboy
I can't have sugar _____	Hindi ako maaaring gumamit ng asukal
I'm on a fat-free diet_____	Walang taba ang pagkain ko
I can't have spicy food____	Hindi ako maaaring kumain ng maanghang na pagkain

Ano ang gusto mo? _____	What would you like?
Nakapagpasiya ka na ba?_____	Have you decided?
Nais mo bang uminom muna?_____	Would you like a drink first?
Ano ang gusto mong inumin? _____	What would you like to drink?
Naubusan na kami ng... _____	We've run out of...
Masiyahan kayo sa pagkain_____	Enjoy your meal
Okey ba ang lahat?_____	Is everything all right?
Maaari ko na bang linisin ang mesa? ____	May I clear the table?

We'll have what those _____ people are having	Bigyan mo kami ng kinakain ng mga taong iyon
I'd like... _____	Nais ko...
Could I have some _____ more bread, please?	Maaari po ba na bigyan ninyo ako ng dagdag na tinapay?
Could I have another _____ bottle of water/wine, please?	Maaari ba na bigyan ninyo pa ako ng isang bote ng tubig/alak?
Could I have another _____ portion of..., please?	Maaari po ba na bigyan ninyo ako ng isa pang bahagi ng...?
Could I have the salt _____ and pepper, please?	Maaari po ba na iabot ninyo sa akin ang asin at pimienta?
Could I have a napkin, _____ please?	Maaari po ba na iabot ninyo sa akin ang serbilyeta?
Could I have a _____ teaspoon, please?	Maaari po ba na bigyan ninyo ako ng kutsarita?
Could I have an ashtray, ___ please?	Maaari po ba na bigyan ninyo ako ng titisan/astrey?
Could I have some _____ matches, please?	Maaari po ba na bigyan ninyo ako ng posporo?
Could I have some _____ toothpicks, please?	Maaari po ba na bigyan ninyo ako ng palito?
Could I have a glass of ___ water, please?	Maaari po ba na bigyan ninyo ako ng isang basong tubig?
Could I have a straw, _____ please?	Maaari po ba na bigyan ninyo ako ng istrow/panghigop?
Enjoy your meal _____	Masiyahan kayo sa pagkain
You too! _____	Kayo rin!
Cheers!_____	Salamat!
The next round's on me ___	Ang susunod ay sa akin
Could we have a doggy ___ bag, please?	Maaari po ba na bigyan ninyo ako ng supot?

4 .3 The bill

See also 8.2 Settling the bill

How much is this dish? ____ Magkano ang pagkaing ito?

Could I have the bill, _____ please?	Maaari po ba na kunin ang kuwenta?
All together _____	Lahat-lahat na
Everyone pays _____ separately/let's go Dutch	Ang bawat isa ay magbabayad nang magkahiwalay/magDutch tayo
Could we have the _____ menu again, please?	Maaari po ba na ibigay ninyo uli sa amin ang menu?
The...is not on the bill _____	Ang...ay wala sa kuwenta

4 .4 Complaints

It's taking a very long _____ time	Nagiging napakatagal naman
We've been here an _____ hour already	May isang oras na kami rito
This must be a mistake _____	Maaaring pagkakamali ito
This is not what I _____ ordered	Hindi ito ang aking hiniling
I ordered... _____	Ang hiniling ko ay...
There's a dish missing _____	May isang pagkaing wala rito
This is broken/not clean _____	Ito ay sira/hindi malinis
The food's cold _____	Malamig ang pagkain
The food's not fresh _____	Hindi sariwa ang pagkain
The food's too _____ salty/sweet/spicy	Ang pagkain ay sobrang alat/tamis/anghang
The meat's too rare _____	Hindi pa luto ang karne
The meat's overdone _____	Sobra ang pagkaluto ng karne
The meat's tough _____	Makunat ang karne
The meat is off/has _____ gone bad	Ang karne ay sira/ay masama na
Could I have something _____ else instead of this?	Maaari ba na bigyan ninyo ako ng iba rito?
The bill/this amount is _____ not right	Ang kuwenta/ang halaga ay hindi tama
We didn't have this _____	Wala kami nito

There's no toilet paper_____   Walang papel pangkubeta sa palikuran
in the restroom

Will you call the_____   Pakitawag po lamang ninyo ang
manager, please?   manedyer?

4 .5 Paying a compliment

That was a wonderful _____   Napakasarap ng pagkaing iyan
meal

The food was excellent _____   Ang pagkain ay napakahusay

The...in particular was _____   Lalo na ang...ay napakasarap
delicious

4 .6 The menu

bayad sa serbisyo (kasama) **service charge (included)**	keso **cheese**	pangunahing putahe **main course**
dagdag na bayad **cover charge**	keyk/panghimagas **cakes/desserts**	pasta **pasta**
ensalada **salad**	liker (matapos ang kain) **liqueur (after dinner)**	prutas **fruit**
hayop **game**	mga espesyalidad **specialities**	sabaw **soup**
ibon/manok **fowl**	mga gulay **side dishes/ vegetables**	sorbetes **ice cream**
isda **fish**	miryenda **snacks**	tinapay **bread**
karne **meat**	pampagana **starter/hors d'oeuvres**	unang putahe **first course**

4 .7 Alphabetical list of drinks and dishes

● **Avoid drinks** served with ice cubes. Bottled mineral water is readily available and local fruits are very refreshing. These include: *atis* (custard apple); *buko* (young coconut) *guyabano* (soursop); *kalamansi* (small green lemon-like fruit); *mangga* (mango); *milon* (melon); *pakwan* (water melon); *papaya* (papaya); *pasionaryo* (passion fruit); *pinya* (pineapple); *saging* (banana); and *suha* (giant pomelo-like fruit). San Miguel is a popular brand among beers (*serbesa*) and *Lambanog* is distilled coconut wine. *Tuba* is an alcoholic drink made from certain palms or sugarcane.

Filipino cuisine is a combination of Spanish, American, Chinese and Malay cooking, and every province has its own food specialty. In the ordinary *turo-turo* (to point) restaurants various appetizing foods are displayed and customers can point to what they want.

Eating out

Adobo: meat cooked in vinegar with garlic, pepper and salt

Adobong pusit: cleaned squid cooked with coconut milk, vinegar and garlic, with the ink used as a special seasoning

Ampalaya con carne: sliced beef with bitter melon cooked with onions, garlic, soy sauce and sesame oil

Arroz caldo: thick rice chicken soup with onion, garlic, ginger and black pepper

Asado: a dish of meat roasted with condiments

Atsara: pickled fruit or vegetables

Bagoong: small fish or shrimps preserved in brine

Balut: duck's egg with developed embryo eaten as a delicacy

Bangus: milk fish cooked in various ways

Batchoy: a dish of chopped and sauted entrails of pigs with soup

Bulalo: a type of stew consisting of cow's shank and some condiments

Calamares fritos: fried squid

Caldereta: goat stew in cheese sauce

Crispy pata: fried pork knuckle, cooked by boiling with garlic, salt, pepper, bay leaf and vinegar, dried and then deep fried

Dinuguan: finely chopped offal (pork or chicken) roasted in fresh blood and seasoned with green peppercorns

Gambas al ajillo: shelled raw shrimps in olive oil, pepper, salt, paprika and a lot of garlic

Ginataan: any liquid recipe or confection made with coconut milk (*gata*)

Gulaman: a vegetable gelatine

Halo-Halo: crushed ice with milk, sugar, and preserved or fresh fruits

Inihaw: grilled fish or meat

Kare-Kare: stew of oxtail, beef shank, vegetables, onions and garlic

Kilawin: raw meat lightly roasted, marinated in vinegar and spices

Kinilaw: raw fish or cuttlefish marinated with spices

Lapu-Lapu ilnihaw: grilled grouper seasoned with salt, pepper, garlic and soy sauce

Lechon: roasted suckling pig served with a thick liver sauce

Lechon kawali: roasted pork seasoned with green papaya, ginger, vinegar and sugar

Lumpia: fried or fresh spring rolls filled with vegetables and meat

Lumpia Shanghai: small fried spring rolls filled with meat

Mami: noodle soup served with chicken or beef

Menudo: stew of liver pieces and chopped pork with potatoes, tomatoes, paprika and onions

Misua soup: rice noodle soup with beef, garlic and onions

Nilaga: soup with cabbage, potatoes and meat (either beef or pork)

Pancit Canton: thick noodles with pork, shrimps and vegetables

Pesang isda: a dish of fish cooked in ginger and rice water (*hugas bigas*), with vegetables and miso sauce

Pochero: stew of pork, chicken and beef, flavored with chorizo (sausage) and served with sweet potatoes and eggplant sauce

Pork apritada: pork dish baked with a sauce of tomato, onions, potatoes, pepperoni and garlic

Shrimp laing: a Bicol dish of shrimp cooked with gabi leaves, stalks, roots, spices and coconut milk

Sinigang: vegetable soup with fish or pork

Siopao: steamed bun with a filling of chicken, pork or sweet beans

Tahong: boiled or baked mussels in butter or other sauce

Talaba: fresh oyster soaked in vinegar and garlic

Tapa: cut fried beef served with raw onion rings

Tinola: stew of chicken, vegetables, ginger, onions and garlic

4

Eating out

5

On the road

5.1 **A**sking for directions

Excuse me, could I ask you something?	Sandali po lamang, maaari po ba na magtanong?
I've lost my way	Naliligaw po ako
Is there a...around here?	Mayroon ba rito ng...?
Is this the way to...?	Ito ba ang patungo sa...?
Could you tell me how to get to...?	Maaari ba na sabihin ninyo sa akin kung paano pumunta sa...?
What's the quickest way to...?	Ano ang pinakamadaling daan patungo sa...?
How many kilometers is it to...?	Ilang kilometro ang papunta sa...?
Could you point it out on the map?	Maaari po ba na ituro ninyo ito sa mapa?

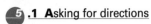

Hindi ko alam, hindi ko alam ang lugar na ito	I don't know, I don't know my way around here
Mali ang iyong patunguhan	You're going the wrong way
Kailangang bumalik ka sa...	You have to go back to...
At mula doon ay sundan mo lamang ang mga pananda	From there on just follow the signs
Pagdating mo doon, magtanong ka uli	When you get there, ask again
Tuloy-tuloy ka	Go straight ahead
ang lansangan/kalye	the road/street
ang ilog	the river
Kumaliwa ka	Turn left
ang ilaw trapiko	the traffic light
ang daanan sa itaas	the overpass
Kumanan ka	Turn right
daan sa ilalim ng lupa	the tunnel
ang tulay	the bridge
Kumanan/Kumaliwa	Turn right/left
ang tandang 'magbigay'	the 'yield' sign
ang tawirang pahilig	the grade crossing
Sundan	Follow
ang gusali	the building
nakaturo ang tanda sa	the signs pointing to
Krus	Cross
sa kanto	at the corner
patunguhang karatula	the arrow
ang sangandaan	the intersection/crossroads

On the road

bagalan slow down	karapatan sa daan right of way	papaliit na kalye narrowing in the road
baradong kalye road blocked	karapatang daan sa dulo ng kalye right of way at end of road	parking disk (sapilitan) parking disk (compulsory)
bawal dumaan/ bawal pumarada no passing/no parking	labasan exit	pinakamabilis na takbo maximum speed
bawal makisakay no hitchhiking	lagi sa kanan/kaliwa keep right/left	pinakamalawak na daanan maximum headroom...
bawal pumasok no entry	lugar ng disk disk zone	pinamamahalaang paradahan supervised parking
bayad na tol/buwis toll payment	lugar sa paghila tow-away area	sangandaan/ salikupan intersection/ crossroads
buksan ang ilaw sa harapan (sa tanel) turn on headlights (in the tunnel)	madaliang paradahan parking for a limited period	saradong kalye road closed
daan pangkagipitan emergency lane	mag-ingat beware	tawirang pahilig grade crossing
daan sa ilalim ng lupa tunnel	mag-ingat, bumabagsak na bato beware, falling rocks	tigil/hinto stop
daanan ng sasakyan driveway	magpalit ng linya change lanes	tulong sa kalye (serbisyo sa nasiraan) road assistance (breakdown service)
estasyon ng gasolina service station	malalaking trak heavy trucks	uka-uka/hindi patag broken/uneven surface
hindi madaanan na tabing-daan impassable shoulder	mapanganib danger(ous)	ulan para...km rain for...kms
huwag harangan do not obstruct	mas mahabang daan detour	walang daanan ng tao no pedestrian access
isang daanan lamang one way	may bayad na garahe/ reserbadong parking para... paying carpark/ parking reserved for...	walang likong kanan/kaliwa no right/left turn
isla sa trapiko/ daanan ng pedestriyan traffic island/ pedestrian walk	paggawa sa kalye road works	
kalyeng nakasara road closed	paliko curves	

5 .3 The car

See the diagram on page 49

● **Driving in the Philippines** is not terribly complicated as road signs are in English. An International Driving Permit is needed to drive in the country but your home driving license is also legally valid for 90 days.

Traffic keeps to the right-hand side of the road and defensive driving is the norm, particularly along jeepney travel routes.

Experienced travelers describe driving in Manila as 'manic'. The usual speed limit is 40 kph in cities and 80 kph on the highways. Toll gates are found on both north-bound and south-bound carriageways. Seat belts are compulsory but this is rarely enforced.

5.4 The gas station

● **The cost of gas (petrol)** in the Philippines is low compared to European and American prices but higher than in other Southeast Asian countries such as Thailand and Indonesia. Oil companies such as Shell, Caltex and Petron all have gas stations throughout the country.

How many kilometers _____ to the next gas station, please?	Ilan po bang kilometro ang susunod na estasyon ng gasolina
I would like...liters of _____	Gusto ko ng...litro ng
– super _____	– super
– leaded _____	– may tingga/lided
– unleaded _____	– walang tingga/anlided
– diesel _____	– disel
...piso worth of gas _____	halagang...pisong gasolina
Fill her up, please _____	Punuin po ninyo
Could you check...? _____	Maaari ba na pakitsek...?
– the oil level _____	– ang dami ng langis
– the tire pressure _____	– ang puwersa ng gulong
Could you change the _____ oil, please?	Maaari po ba na palitan ninyo ang langis?
Could you clean the _____ windshield, please?	Maaari po ba na linisin ninyo ang salamin sa harap ng kotse?
Could you wash the car, _____ please?	Maaari po ba na hugasan ninyo ang sasakyan?

5.5 Breakdown and repairs

I have broken down, _____ could you give me a hand?	Nasiraan ako, maaari ba na tulungan ninyo ako?
I have run out of gas _____	Naubusan ako ng gasolina

The parts of a car
(the diagram shows the numbered parts)

1	battery	baterya
2	rear light	ilaw sa hulihan
3	rear-view mirror	salamin sa hulihan
	backup light	bakap na ilaw
4	aerial	antena
	car radio	radyo ng sasakyan
5	gas tank	tanke ng gasolina
6	spark plugs	ispark plag/buhiya
	fuel pump	bomba ng gatong
7	side mirror	salamin sa tagiliran
8	bumper	bamper
	carburettor	karburador
	crankcase	paikutang-sigunyal
	cylinder	silinder
	ignition	ignisyon
	warning light	babalang ilaw
	generator	dyenereytor
	accelerator	silinyador
	handbrake	prenong pangkamay
	valve	balbula
9	muffler	mapler
10	trunk	baul ng awto
11	headlight	ilaw sa unahan
	crank shaft	sigunyal
12	air filter	salaang hangin
	fog lamp	ilaw pang-usok
13	engine block	bloke ng makina
	camshaft	kamsyap
	oil filter/pump	salaang langis/bomba
	dipstick	panukat langis
	pedal	pidal
14	door	pinto
15	radiator	radyeytor
16	brake disc	prenong de plato/disk breyk
	spare wheel	reserbang gulong
17	indicator	indikador
18	windshield	salamin sa harap ng kotse
	wiper	wiper/pamunas
19	shock absorbers	syak absorber
	sunroof	bubong pang-araw
	spoiler	ispoyler
20	steering column	kolum ng manibela
	steering wheel	manibela
21	exhaust pipe	tambutso
22	seat belt	sinturong pang-upuan
	fan	bentelador/elisi
23	distributor	disrtribyutor/tagapamahagi
	cables	kable
24	gear shift	kabitang engranahe
25	windshield	salamin sa harap ng kotse
	water pump	bomba ng tubig

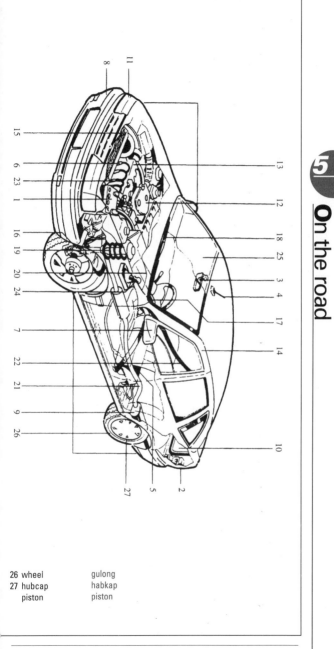

26	wheel	gulong
27	hubcap	habkap
	piston	piston

I've locked the keys in the car	Naiwan ko ang susi sa loob ng sasakyan
The car/motorcycle won't start	Ang makina ng sasakyan/motorsiklo ayaw umandar
Could you contact the breakdown service for me, please?	Maaari po ba na tawagan ninyo ang serbisyo sa sirang kotse?
Could you call a garage for me, please?	Maaari po ba na tawagan ninyo ang talyer?
Could you give me a lift to...	Maaari ba ninyo akong iangkas patungo sa...
– to the nearest garage?	– sa pinakamalapit na talyer?
– to the nearest town?	– sa pinakamalapit na bayan?
– to the nearest telephone booth?	– sa pinakamalapit na silid ng telepono?
– to the nearest emergency phone?	– sa pinakamalapit na teleponong pangkagipitan?
Can we take my moped?	Maaari ba nating dalhin ang aking makina?
Could you tow me to a garage?	Maaari ba ninyong hilahin ako sa talyer?
There's probably something wrong with... (See pages 48–49)	Siguro may sira ang...
Can you fix it?	Maaari ba ninyong ayusin ito?
Could you fix my tire?	Maaari ba ninyong ayusin ang aking gulong?
Could you change this wheel?	Maaari ba ninyong palitan ang gulong na ito?
Can you fix it so it'll get me to...?	Maaari ba na ayusin ninyo upang makarating ako sa...?
Which garage can help me?	Alin ang talyer na makakatulong sa akin?
When will my car/ bicycle be ready?	Kailan maihahanda ang aking kotse/bisekleta?
Have you already finished?	Natapos mo na ba?
Can I wait for it here?	Maaari ba na hintayin ko ito dito?

How much will it cost? ____	Magkano ang magiging gastos?
Could you itemize _____ the bill?	Maaari ba na isa-isahin mo ang kuwenta?
Could you give me a _____ receipt for insurance purposes?	Maaari ba na bigyan ninyo ako ng resibo para sa seguro?

🔵 .6 The motorcycle/bicycle

See the diagram on page 53

● **Bicycle tracks** are rare in the Philippines and it is dangerous to ride a bicycle on the busy streets. Bikes can be hired in some cities, but little consideration should be expected from other road users. Travel by bicycle, however, in less visited areas in the provinces is worth a try and considered by many as pleasant along coastal and mountain roads. There are mountain bikes for hire that your lodging can arrange. Crash helmets are compulsory but rarely enforced; this should be checked when you arrive.

Wala akong piyesa ng iyong _____ sasakyan/biseleta	I don't have parts for your car/bicycle
Kailangang kumuha ako ng _____ piyesa mula sa iba	I have to get the parts from somewhere else
Kailangang bilhin ko pa ang piyesa ____	I have to order the parts
Aabutin ng kalahating araw ito _____	That'll take half a day
Aabutin ng isang araw _____	That'll take a day
Aabutin ng ilang araw _____	That'll take a few days
Aabutin ng isang linggo _____	That'll take a week
Sira na ang sasakyan ninyo _____	Your car is a write-off
Hindi na ito maaaring kumpunihin ____	It can't be repaired
Ang sasakyan/motorsiklo/makina/ ____ biseleta ay maaari na sa... ng...oras	The car/motorcycle/ moped/bicycle will be ready at... o'clock

🔵 .7 Renting a vehicle

I'd like to rent a... _____	Gusto kong umupa ng...
Do I need a special _____ license for that?	Kailangan ko ba ng espesyal na lisensiya para dito?
I'd like to rent the...for... ____	Gusto kong upahan ang...para sa...
the...for a day _____	ang...para sa buong araw
the...for two days _____	ang...para sa dalawang araw
How much is that per _____ day/week?	Magkano ang bawat araw/linggo?

The parts of a motorcycle/bicycle
(the diagram shows the numbered parts)

1	rear light	ilaw sa hulihan
2	rear wheel	gulong sa hulihan
3	luggage carrier	lalagyan ng bagahe
4	fork	tinidor
5	bell	batingting
	inner tube	tubong panloob
	tire	goma/gulong
6	peddle crank	pedol krank
7	gear change	pagpalit ng engranahe
	wire	alambre
	generator	dyinereytor
	bicycle trailer	treyler ng bisekleta
	frame	kaha
8	wheel guard	proteksiyon ng gulong
9	chain	kadena
	chain guard	proteksiyon ng kadena
	odometer	odometro
	child's seat	upuang pambata
10	headlight	ilaw sa unahan
	bulb	bombilya
11	pedal	pidal
12	pump	bomba
13	reflector	replektor
14	brake shoe	pamigil ng preno
15	brake cable	kable ng preno
16	anti-theft device	pangkontra sa magnanakaw
17	carrier straps	sinturong pangkargamento
	tachometer	takomiter
18	spoke	ispok
19	mudguard	proteksiyon sa putik
20	handlebar	manibela ng bisekleta
21	chain wheel	kadena ng gulong
	toe clip	pansalo ng paa
22	crank axle	krank aksel
	drum brake	dram ng preno
23	rim	rim
24	valve	balbula
25	gear cable	kable ng engranahe
26	fork	tinidor
27	front wheel	unahang gulong
28	seat	upuan

On the road

5

On the road

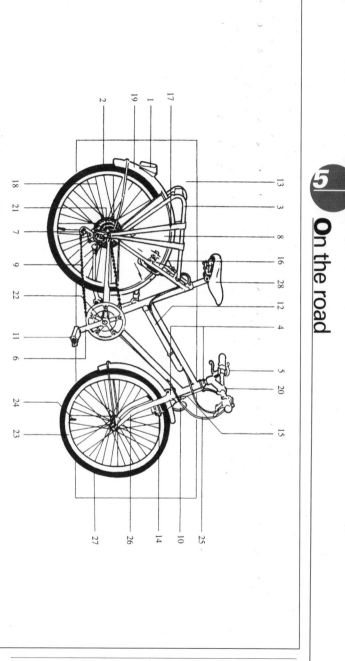

How much is the deposit? _	Magkano ang deposito?
Could I have a receipt _____ for the deposit?	Maaari ba na kunin ang resibo ng deposito?
How much is the _____ surcharge per kilometer?	Magkano ang dagdag-bayad sa bawat kilometro?
Does that include gas? ____	Kasama ba nito ang gasolina?
Does that include _____ insurance?	Kasama ba nito ang seguro?
What time can I pick_____ the...up?	Anong oras ko kukunin ang...?
When does the...have _____ to be back?	Kailan ba kailangang ibalik ang...?
Where's the gas tank? _____	Saan ang tanke ng gasolina?
What sort of fuel does_____ it take?	Anong klaseng gatong ang kailangan nito?

5 .8 Hitchhiking

Where are you heading?___	Saan ang iyong patunguhan?
Can you give me a lift? ____	Maaari ba na iangkas mo ako?/Maaari ba na makiangkas?
Can my friend come_____ too?	Maaari ba na sumama pati ang kaibigan ko?
I'd like to go to... _____	Gusto kong pumunta sa...
Is that on the way to...? ____	Iyan ba ay patungo sa...?
Could you drop me off...?__	Maaari ba na ibaba mo ako sa...?
Could you drop me_____ off here?	Maaari ba na itigil mo ako rito?
– at the entrance to the ___ highway?	– sa pasukan ng haywey?
– in the center? _____	– sa gitna?
– at the next intersection? _	– sa susunod na krosing?
Could you stop here, _____ please?	Maaari po ba kayong tumigil dito?
I'd like to get out here _____	Gusto kong bumaba dito
Thanks for the lift _____	Salamat sa angkas

Public transportation

6 .1 In general

● **Public transportation** in the Philippines is available by land (train and Metrorail, bus, jeepney, taxi, tricycle), sea (boat, ferry and fastcraft) and air (Philippine Air Lines and other domestic carriers such as Air Philippines and Cebu Pacific). Public transport vehicles are normally overcrowded, and in particular the ferries plying the waters between islands can be unsafe.

Major bus companies provide travel services covering the entire Philippines from Luzon in the north to Mindanao in the south. Bus tickets can be bought at terminals, and for the major routes between Metro Manila and the neighboring provinces, can be purchased from the bus conductors.

The most popular mode of transport is the jeepney. It is efficient, hassle-free and cheap despite perennial traffic jams in the metropolis.

Ang [oras] ng biyahe ng tren _____ sa...ay naantala ng (halos)...minuto.	The [time] train to...has been delayed by (about)...minutes
Ang tren patungo sa...ay parating _____ na sa plataporma...	The train to...is now arriving at platform...
Ang tren mula sa...ay parating na sa _____ plataporma...	The train from...is now arriving at platform...
Ang tren patungo sa...ay aalis mula _____ sa plataporma...	The train to...will leave from platform...
Ngayon, ang pang[oras] na tren _____ patungo sa...ay aalis mula sa plataporma...	Today the [time] train to...will leave from platform...
Ang susunod na estasyon ay... _____	The next station is...

Where does this train _____ go to?	Saan patungo ang tren na ito?
Does this boat go to...? _____	Ang bangka ba na ito ay patungo sa...?
Can I take this bus to...? _____	Maaari ba akong sumakay sa bus na ito patungo sa...?
Does this train stop at...? _____	Ang tren ba na ito ay titigil sa...?
Is this seat taken/free/ _____ reserved?	Ang upuan ba na ito ay okupado/bakante/ nakareserba?
I've reserved... _____	Nagpareserba ko...
Could you tell me where _____ I have to get off for...?	Maaari ba na sabihin ninyo sa akin kung saan ako bababa para sa...?
Could you let me know _____ when we get to...?	Maaari ba na sabihin ninyo sa akin pagdating natin sa...?

Could you stop at the _____ next stop, please?	Maaari ba na huminto kayo sa susunod na hintuan?
Where are we? _____	Nasaan na tayo?
Do I have to get off here? __	Kailangan ba na bumaba ako rito?
Have we already _____ passed...?	Naraanan na ba natin ang...?
How long have I been _____ asleep?	Gaano katagal akong naidlip?
How long does the train ___ stop here?	Gaano katagal hihinto ang tren dito?
Can I come back on the_____ same ticket?	Maaari ba akong bumalik na gamit ang parehong tiket?
Can I change on this _____ ticket?	Maaari ba na magpalit sa tiket na ito?
How long is this ticket _____ valid for?	Hanggang kailan ang bisa ng tiket na ito?
How much is the extra ___ fare for the high speed train?	Magkano ang dagdag na bayad para sa matuling tren?

.2 Immigration/customs

● **All visitors** require a valid passport. Except for citizens of Hong Kong SAR and holders of Taiwan passports, who must have special permits, most foreign citizens may enter the country without a visa for a stay of less than 21 days, or can obtain a visa for a stay of up to 59 days from Philippine consulates and embassies abroad. Proof of an onward ticket to leave the country is normally needed.

A Baggage and Currency Declaration Form must be signed and presented to the customs examiner at the airport. The only restriction on the import of currency is that foreign currencies in excess of US$3,000 must be declared at the counter of the Central Bank of the Philippines at the airport. Departing passengers may not take out more than P1,000 in local currency or exceed the amount of foreign currency brought into the country.

Articles allowed free of duty include two bottles of alcoholic beverages of not more than 1 liter each, 400 cigarettes or two tins of smoking tobacco, and other personal effects not exceeding a total maximum value of US$500. Any item exceeding the maximum value is subject to seizure, while certain articles such as wireless and cordless telephones, animals, fish, plants, copying machines and computers need permits or clearances from relevant government offices. Firearms and related items, printed subversive, obscene or pornographic materials, and drugs or substances for abortion are prohibited articles. Underage travelers are not allowed to import alcohol or tobacco.

Public transportation

Ang berdeng kard po lamang ninyo
Your green card, please

Ang inyo pong bisa
Your visa, please

Ang mga dokumento po lamang ng inyong sasakyan
Your vehicle documents, please

Ang pasaporte po lamang ninyo
Your passport, please

Gaano ang tagal ng inyong pagtigil?
How long are you planning to stay?

Mayroon ba kayong dapat ideklara?
Do you have anything to declare?

Saan kayo patutungo?
Where are you I going?

Pakibuksan po lamang ito
Open this, please

My children are entered on this passport — Ang aking mga anak ay nasa pasaporteng ito

I'm traveling through _____ Ako ay lampasang maglalakbay

I'm going on vacation to... _____ Ako ay magbabakasyon sa...

I'm on a business trip _____ Ako ay nasa biyaheng pangnegosyo

I don't know how long I'll be staying _____ Hindi ko alam kung gaano ang tagal ng aking pagtigil

I'll be staying here for a weekend _____ Titigil ako rito ng Sabado at Linggo

I'll be staying here for a few days _____ Titigil ako rito ng ilang araw

I'll be staying here a week _ Titigil ako rito ng isang linggo

I'll be staying here for two weeks _____ Titigil ako rito ng dalawang linggo

I've got nothing to declare _____ Wala akong idedeklara

I have... _____ Mayroon akong...

– a carton of cigarettes _____ – isang karton ng sigarilyo

– a bottle of... _____ – isang bote ng...

– some souvenirs _____ – ilang subenir

These are personal items _ Ang mga ito ay gamit pansarili/personal

These are not new _____ Ang mga ito ay hindi bago

Here's the receipt _____ Ito ang resibo

This is for private use _____ Ito ay pansariling gamit

Public transportation

6

| How much import duty | Magkano ang buwis sa pag-angkat ang |
| do I have to pay? | dapat kung bayaran? |

| May I go now? | Makaaalis na ba ako? |

| Porter! | Portero! |

6.3 Luggage

| Could you take this | Maaari ba na dalhin mo ang bagaheng ito |
| luggage to...? | sa...? |

| How much do I owe you? | Magkano ang ibabayad ko? |

| Where can I find a cart? | Saan ako makakakuha ng kareton? |

| Could you store this | Maaari ba na itago ninyo ang aking |
| luggage for me? | bagahe? |

| Where are the luggage | Nasaan ang mga lalagyan ng bagahe? |
| lockers? | |

| I can't get the locker open | Hindi ko mabuksan ang lalagyan ng |
| | bagahe? |

| How much is it per item | Magkano ang bayad sa bawat bagahe |
| per day? | isang araw? |

| This is not my bag/ | Hindi ito ang aking bag/maleta |
| suitcase | |

| There's one item/bag/ | Mayroong isang maleta/bag na nawawala |
| suitcase missing | |

| My suitcase is damaged | Ang aking maleta ay nasira |

6.4 Questions to passengers

Ticket types

Primera o segunda klase?	First or second class?
Isang biyahe o balikan?	Single or return?
Naninigarilyo o hindi naninigarilyo?	Smoking or nonsmoking?
Upuan sa may bintana?	Window seat?
Sa harapan o likuran (ng tren)?	Front or back (of train)?
Upuan o kamarote?	Seat or berth?
Itaas, gitna o sa ibaba?	Top, middle or bottom?
Ekonomi o primera klase?	Economy or first class?
Kamarote o upuan?	Cabin or seat?
Solo o may kasama?	Single or double?
Ilan ang maglalakbay?	How many are traveling?

Destination

Saan ka pupunta? _____	Where are you traveling?
Kailan ka aalis? _____	When are you leaving?
Ang iyong...ay aalis sa... _____	Your...leaves at...
Kailangang magpalit ka _____	You have to change
Kailangang bumaba ka sa... _____	You have to get off at...
Kailangang pumunta ka sa _____ pamamagitan ng...	You have to go via....
Ang paluwas na biyahe ay sa... _____	The outward journey is on...
Ang pabalik na biyahe ay sa... _____	The return journey is on...
Kailangang nakasakay ka na ng... _____ (oras)	You have to be on board by...(o'clock)

Inside the vehicle

Patingin po lamang ng tiket _____	Tickets, please
Ang reserbasyon po ninyo _____	Your reservation, please
Ang pasaporte po lamang _____	Your passport, please
Kayo ay nasa maling upuan _____	You're in the wrong seat
Nagkamali kayo/Kayo ay nasa maling... _	You have made a mistake/ You are in the wrong...
Ang upuang ito ay reserbado _____	This seat is reserved
Kailangang magbayad kayo ng dagdag_	You'll have to pay extra
Ang...ay huli ng...minuto _____	The...has been delayed by...minutes

6 .5 Tickets

Where can I... _____	Saan ako maaaring...
– buy a ticket? _____	– bumili ng tiket?
– reserve a seat? _____	– magpareserba ng upuan?
– reserve a flight? _____	– magpareserba ng paglipad sa eroplano?
Could I have...for... _____ please?	Maaari po ba na...para...
A single to...please _____	Isang tiket po patungo sa...?
A return ticket, please _____	Isa pong balikang tiket
first class _____	primera klase
second class _____	segunda klase
economy class _____	klaseng ekonomi

Public transportation — 6

I'd like to reserve a _____ Gusto kong magpareserba ng
seat/berth upuan/kamarote

I'd like to reserve a top/____ Gusto kong mapareserba sa itaas/
middle/bottom berth in sa gitna/sa ibabang kamarote ng
the sleeping car kotseng tulugan

smoking/nonsmoking_____ naninigarilyo/hindi naninigarilyo

by the window _____ sa may bintana

single/double _____ solo/doble

at the front/back_____ sa harapan/sa likuran

There are...of us_____ Mga...kami

We have a car_____ Mayroon kaming sasakyan

We have a trailer _____ Mayroon kaming treyler

We have...bicycles_____ Mayroon kaming...bisekleta

Do you have a..._____ Mayroon ba kayong isang...

– travel card for 10 trips? __ – kard para sa sampung biyahe?

– weekly travel card? _____ – lingguhang kard sa pagbiyahe?

– monthly season ticket?___ – buwanang tiket?

Where's...? _____ Saan...?

Where's the information ___ Saan ang mesang pangimpormasyon?
desk?

6 .6 Information

Where can I find a_____ Saan maaaring kumuha ng iskedyul?
schedule?

Where's the...desk? _____ Saan ang mesang...?

Do you have a city map____ May mapa ba kayo ng lungsod na may
with the bus routes on it? ruta ng bus?

Do you have a schedule? __ May iskedyul ba kayo?

Will I get my money _____ Maibabalik ba ang aking pera?
back?

I'd like to confirm/cancel/ __ Gustong kong tiyakin/kanselahin/
change my reservation palitan ang aking reserbasyon para/
for/trip to... biyahe patungo sa...

Public transportation

I'd like to go to... _____	Gusto kong pumunta sa...
What is the quickest _____ way to get there?	Ano ang pinakamadaling daan papunta doon?
How much is a _____ single/return to...?	Magkano ang solong tiket/balikan patungo sa...?
Do I have to pay extra? ____	Magbabayad ba ako ng dagdag?
Can I break my journey ____ with this ticket?	Maaari ba na putulin ko ang aking biyahe sa tiket na ito?
How much luggage am I ___ allowed?	Ilang bagahe ang pinapayagan?
Is this a direct train? _____	Ito ba ay tuwirang biyahe ng tren?
Do I have to change? _____	Kailangang ba akong magpalit ng tren?
Where? _____	Saan?
Does the plane stop _____ anywhere?	Ang eroplano ba ay hihinto kahit saan?
Will there be any _____ stopovers?	Magkakaroon ba ng mga pagtigil?
Does the boat stop at _____ any other ports on the way?	Ang barko ba ay dadaung sa mga daungan na daraanan?
Does the train/ _____ bus stop at...?	Ang tren/bus ba ay titigil sa...?
Where do I get off? _____	Saan ako bababa?
Is there a connection _____ to...?	May koneksiyon ba na patungo sa...?
How long do I have to ____ wait?	Gaano katagal akong maghihintay?
When does...leave? _____	Kailan... aalis?
What time does the _____ first/next/last...leave?	Anong oras ang una/susunod/huling... aalis?
How long does...take? ____	Gaano katagal ang...?
What time does...arrive ____ in...?	Anong oras... darating sa...?
Where does the...to... _____ leave from?	Saan magmumula ang...patungo sa...?
Is this the train/bus...to...? __	Ito ba ang tren/bus... patungo sa...?

.7 Airplanes

● **Most travelers** arrive in the Philippines via Ninoy Aquino International Airport (NAIA) in Manila. From here it is convenient to travel to outlying provinces and islands via the domestic carriers.

internasyonal international	pag-alis departures	pasukan check-in
lokal na biyahe domestic flights	pagdating arrivals	

.8 Trains

● **Train travel** in the Philippines is convenient. The Philippine National Railway (PNR) is the national rail system and there is only one type of train in the country. It travels to and from the south and is slow and often unreliable. Tickets must be shown to the porter at the entrance before boarding and will be punched by a conductor or assistant on board.

.9 Taxis

● **There are plenty of taxis** in cities within the Metro Manila area and major cities in the provinces. They are not expensive, but taxi drivers, particularly in Manila, often have a poor reputation for service. Taxis can be found at stands, especially at train and bus terminals, and in front of big hotels. Rates vary, and check for airport surcharges. The more popular alternative is the jeepney.

himpilan ng taksi taxi stand	okupado occupied	pinauupahan for hire

Taxi! _____ Taksi!

Could you get me a _____ Maaari po ba na ikuha ninyo ako ng taksi?
taxi, please?

Where can I find a taxi____ Saan ako makakakuha ng taksi dito?
around here?

Could you take me to…, ___ Maaari ba na dalhin ninyo ako sa…?
please?

Could you take me to_____ Maaari po ba na dalhin ninyo ako sa
this address, please? direksiyong ito?

– to the…hotel, please ____ – sa…otel po lamang

– to the town/city center,___ – sa kabayanan po lamang
please

Public transportation

– to the station, please ____ – sa estasyon po lamang

– to the airport, please____ – sa paliparan po lamang

How much is the trip ____ Magkano ang bayad patungo sa...?
to...?

How far is it to...? _____ Gaano ang layo nito sa...?

Could you turn on the ___ Maaari po ba na paandarin ninyo ang
meter, please? metro?

I'm in a hurry _____ Nagmamadali ako

Could you speed up/slow _ Maaari po ba na tulinan/bagalan ninyo ng
down a little? kaunti?

Could you take a _____ Maaari po ba kayong dumaan sa ibang
different route? ruta?

I'd like to get out here,___ Gusto ko na pong bumaba dito
please

Go... _____ Patungo...

You have to go...here ____ Kailangang pumunta...dito

Go straight ahead _____ Deretso po lamang

Turn left _____ Liko sa kaliwa

Turn right_____ Liko sa kanan

This is it/We're here ____ Ito na/Nandito na tayo

Could you wait a minute__ Maaari po ba na maghintay kayo ng
for me, please? sandali?

6

Public transportation

Overnight accommodation

7 .1 General

● **There is a great variety** of accommodations available to travelers in the Philippines. Prices vary according to location and amenities. First-class hotels can be awarded up to five stars, while a mid-range hotel will usually be one to three stars. Experienced travelers have found that cheaper rooms in a mid-range establishment are kinder to the pocket while still allowing for a safe and comfortable stay.

Motels are usually cheaper in comparison but are strongly associated with the 'love motels' used by patrons engaging in illicit affairs. The youth hostel in Manila is good value for money and there are a few others strategically located in the Metro Manila area.

Rental accommodations may be expensive, but service apartments are becoming popular and convenient among tourists. The tourism department has a Homestay Program in 15 destinations outside Manila which offers visitors the comfort of modest homes and an insight into Philippine life. Accommodations including the provision of meals are also available.

Gaano katagal kayo titigil? _____	How long will you be staying?
Punuan po lamang ang pormang ito ___	Fill out this form, please
Maaari po ba na makita ang inyong _____ pasaporte?	Could I see your passport?
Kailangan ko po ng deposito _____	I'll need a deposit
Kailangang magbayad muna kayo _____	You'll have to pay in advance

My name is... _____	Ang pangalan ko ay...
I've made a reservation ___	May reserbasyon ako
How much is it per _____ night/week/ month?	Magkano ang isang gabi/linggo/buwan?
We'll be staying at _____ least...nights/weeks	Titigil kami ng...na gabi/linggo man lamang
We don't know yet _____	Hindi pa po namin alam
Do you allow pets _____ (cats/dogs)?	Pinapayagan ba ang alagang hayop (pusa/aso)?
What time does the _____ gate/door open/close?	Anong oras nagbubukas/nagsasara ang tarangkahan/pintuan?
Could you get me a taxi, ___ please?	Maaari po ba na ikuha ninyo ako ng taksi?
Is there any mail for me? __	May sulat ba ako?

See the diagram on page 69

Maaari kayong pumili ng inyong lugar __	You can pick your own site
Bibigyan kayo ng sariling lugar _____	You'll be allocated a site
Ito ang numero ng inyong lugar _____	This is your site number
Pakidikit lamang ito ng madiin sa ____ inyong sasakyan	Please stick this firmly to your car
Huwag ninyong iwawala ang kard ____ na ito	You must not lose this card

Where's the manager?____ Saan ang manedyer?

Are we allowed to_____ Papayagan ba kami na magkampo dito?
camp here?

There are...of us and _____ May... kami at mayroon kaming... tolda
we have...tents

Can we pick our own _____ Maaari ba kaming pumili ng aming lugar?
site?

Do you have a quiet _____ May tahimik ba kayong lugar para sa
spot for us? amin?

Do you have any other ____ May ibang lugar pa ba kayong
sites available? magagamit?

It's too windy/sunny/ _____ Napakahangin/maaraw/malilim dito
shady here

It's too crowded here _____ Maraming tao dito

The ground's too_____ Ang lupa ay napakatigas/hindi pantay
hard/uneven

Could we have _____ Maaari ba naming gamitin ang kalapit na
adjoining sites? lugar?

Can we park the car _____ Maaari ba naming igarahe ang sasakyan
next to the tent? sa tabi ng tolda?

How much is it per _____ Magkano ang bayad sa bawat tao/tolda/
person/tent/trailer/car? treyler/sasakyan?

Do you have chalets for ___ May tsalet ba kayong paupahan?
hire?

Are there any... _____ Mayroon bang...

– hot showers?_____ – mainit na shawer?

– washing machines?_____ – makinang panlaba?

Camping/backpacking equipment
(the diagram shows the numbered parts)

	luggage space	lugar para sa bagahe
	can opener	abrelata
	butane gas bottle	natural na gas bote
1	pannier	panyer
2	gas cooker	lutuang de gas
3	groundsheet	panlatag
	hammer	martilyo
	hammock	duyan
4	gas can	lata ng gas
	campfire	siga sa kampo
5	folding chair	natitiklop na upuan
6	insulated picnic box	insuladong kahon pampiknik
	ice pack	lalagyan ng yelo
	compass	kompas
	corkscrew	tibuson
7	airbed	higaang de hangin
8	airbed pump	pambomba ng higaang de hangin
9	awning	tolda
10	sleeping bag	bag na tulugan
11	saucepan	kaserola
12	handle (pan)	hawakan
	primus stove	lutuang primus
	lighter	pansindi
13	backpack	bakpak
14	guy rope	panali sa kulandong
15	storm lantern	lampara pambagyo
	camp bed	higaan sa kampo
	table	mesa
16	tent	kulandong
17	tent peg	kalabiha
18	tent pole	poste ng tolda
	thermos	termos
19	water bottle	bote ng tubig
	clothes pin	pangipit ng damit
	clothes line	sampayan
	windbreak	panangga sa hangin
20	flashlight	lente
	penknife	korta pluma

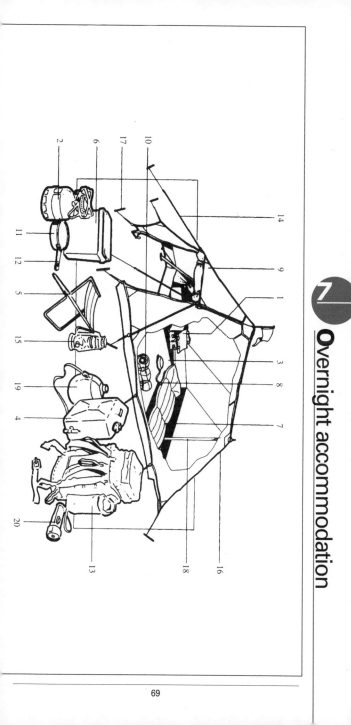

Is there a...on the site? ____	Mayroon ba sa lugar na ito ng...?
Is there a children's _____ play area on the site?	May palaruan ba ng mga bata sa lugar na ito?
Are there covered _____ cooking facilities on the site?	May mga kagamitan ba sa paglululuto na may bubong sa lugar na ito?
Can I rent a safe? _____	Maaari ba akong mag-arkila ng kaha?
Are we allowed to _____ barbecue here?	Papayagan ba kaming magbarbekyu dito?
Are there any power _____ outlets?	May saksakan ba ng kuryente?
Is there drinking water? ____	Mayroon ba ng inuming tubig?
When's the garbage _____ collected?	Kailan kinukuha ang basura?
Do you sell gas bottles ____ (butane gas/propane gas)?	Nagbibili ba kayo ng mga bote ng gas (natural/walang kulay na gas)?

7 .3 Hotel/motel/apartment/hostel

Do you have a single/ ____ double room available?	Mayroon ba kayong solong/dobleng silid na magagamit?
per person/per room _____	bawat tao/bawat silid
Does that include _____ breakfast/lunch/dinner?	Kasama ba nito ang agahan/tanghalian/hapunan?
Could we have two _____ adjoining rooms?	Maaari ba naming gamitin ang dalawang magkarating na silid?
with/without toilet/ _____ bath/shower	mayroon/walang kubeta/banyo/shawer
facing the street _____	nakaharap sa kalye
at the back _____	sa likuran
with/without sea view ____	mayroon/walang tanawing dagat
Is there...in the hotel? ____	Mayroon ba sa otel ng...?
Is there an elevator in ____ the hotel?	May elebeytor ba sa otel?
Do you have room _____ service?	May serbisyo ba kayo sa kuwarto?

Ang kubeta at ang shawer ay nasa _____ parehong palapag/sa loob ng kuwarto	The toilet and shower are on the same floor/in the room
Dito po lamang _____	This way please
Ang inyong silid/kuwarto ay _____ nasa...palapag, numero...	Your room is on the...floor, number...

Could I see the room? _____ Maaari ba na makita ko ang kuwarto?

I'll take this room _____ Kukunin ko ang kuwartong ito

We don't like this one _____ Hindi namin gusto ito

Do you have a larger/ _____ Mayroon ba kayong mas malaki/mas
less expensive room? murang silid?

Could you put in a cot? _____ Maaari ba kayong maglagay ng teheras?

What time's breakfast? _____ Ano ang oras ang almusal?

Where's the dining _____ Saan ang kainan?
room?

Can I have breakfast in _____ Maaari ba akong mag-almusal sa aking
my room? silid?

Where's the emergency_____ Nasaan ang pangkagipitang labasan/
exit/fire escape? takasan sa sunog?

Where can I park my car_____ Saan ko maaaring igarahe ang aking
(safely)? sasakyan (ligtas)?

The key to room..., _____ Ang susi po ng silid bilang...
please

Could you put this in _____ Maaari po ba na ilagay ninyo ito sa kaha?
the safe, please?

Could you wake me _____ Maaari ba ninyong gisingin ako bukas
at...tomorrow? ng...?

Could you find a _____ Maaari ba kayong kumuha ng tagapag-
babysitter for me? alaga ng bata para sa akin?

Could I have an extra_____ Maaari ba na makahingi ng dagdag na
blanket? blanket?

What days do the _____ Anong araw dumarating ang mga
cleaners come in? maglilinis?

When are the sheets/_____ Kailan papalitan ang kumot/tuwalya/
towels/dish towels maliit na tuwalya?
changed?

7

Overnight accommodation

We can't sleep for the _____ noise	Hindi kami makatulog dahil sa ingay
Could you turn the radio___ down, please?	Maaari po ba na hinaan ninyo ang radyo?
We're out of toilet paper___	Wala na kaming papel sa kubeta
There aren't any.../ _____ there's not enough...	Wala na.../hindi sapat...
The bed linen's dirty_____	Ang linen ng kama ay marumi
The room hasn't been _____ cleaned	Ang silid ay hindi nililinis
The kitchen is not clean ___	Ang kusina ay hindi malinis
The kitchen utensils _____ are dirty	Ang mga kubyertos ay marumi
The heating isn't working __	Ang pang-init ay hindi gumagana
There's no hot water/_____ electricity	Walang mainit na tubig/kuryente
...doesn't work/is broken ___	...hindi gumagana/sira
Could you have that_____ seen to?	Maaari ba na patingnan ninyo ito?
Could I have another _____ room/site?	Maaari ba na bigyan ninyo ako ng ibang silid/lugar?
The bed creaks terribly ___	Ang kama ay masyadong ngumalangitngit
The bed sags _____	Ang kama ay lumulundo
Could I have a board _____ under the mattress?	Maaari ba na lagyan ninyo ng tabla ang ilalim ng kutson?
It's too noisy_____	Napakaingay nito
There are a lot of_____ insects/bugs	Maraming insekto/surot
This place is full of _____ mosquitos	Maraming lamok sa lugar na ito
– cockroaches_____	– ipis

Overnight accommodation

7.5 Departure

See also 8.2 Settling the bill

I'm leaving tomorrow _____ Aalis ako bukas

Could I pay my bill, _____ Maaari po ba na bayaran ang aking
please? kuwenta?

What time should we_____ Anong oras kami dapat umalis?
check out?

Could I have my deposit/ __ Maaari po ba na ibalik ang aking deposito/
passport back, please? pasaporte?

We're in a big hurry _____

Kami ay talagang nagmamadali

Could you forward my_____
mail to this address? Maaari ba na ipadala ninyo ang aking
sulat sa direksiyong ito?

Could we leave our_____
luggage here until we Maaari ba na iwan namin dito ang aming
leave? mga bagahe hanggang kami ay umalis?

Thanks for your _____
hospitality Maraming salamat sa inyong mabuting
pagtanggap

Overnight accommodation

Money matters

8

8 Money matters

●**In general**, banks are open Monday to Friday from 9 am to 3 pm, but it is always possible to find money changers, particularly in major cities and tourist centers. US dollar traveler's checks are widely accepted and the most reliable. Bank transactions require proof of identity such as passport and original purchase receipts. Credit cards may be accepted at ATMs though there is a daily withdrawal limit of P4,000 to P5,000.

8.1 Banks

Where can I find a bank/ an exchange office around here?	Saan ko maaaring makita ang bangko/ tanggapan ng palitan dito?
Where can I cash this traveler's check/giro check?	Saan ako maaaring magpalit ng tseke ng manlalakbay?/tsekeng hiro?
Can I cash this...here?	Maaari ko bang palitan ito...dito?
Can I withdraw money on my credit card here?	Maaari ba akong kumuha ng pera sa aking kredit kard dito?
What's the minimum/ maximum amount?	Ano ang pinakamaliit/ pinakamalaking halaga?
Can I take out less than that?	Maaari ba akong kumuha ng mas maliit diyan?
I had some money cabled here	May pera akong ipinakable dito
Has it arrived yet?	Dumating na ba kaya?
These are the details of my bank in the US	Ito ang mga detalye ng aking bangko sa Estados Unidos
This is the number of my bank account	Ito ang numero ng aking kuwenta sa bangko
I'd like to change some money	Nais kong magpalit ng pera
– pounds into...	– esterlina sa...
– dollars into...	– dolyar sa...
What's the exchange rate?	Ano ang halaga ng palitan?
Could you give me some small change with it?	Maaari ba na samahan ninyo ng maliit na barya?
This is not right	Ito ay hindi tama

Lagdaan po ninyo dito _____	Sign here, please
Punuan po ninyo ito _____	Fill this out, please
Maaari po ba na makita ang _____ pasaporte ninyo?	Could I see your passport, please?
Maaari po ba na makita ang inyong _____ ID?	Could I see your identity card, please?
Maaari po ba na makita ang inyong _____ kard sa tseke?	Could I see your check card, please?
Maaari po ba na makita ang inyong _____ kard sa banko?	Could I see your bank card, please?

🖐 .2 Settling the bill

Could you put it on my _____ bill?	Maaari ba na ilagay ninyo ito sa aking kuwenta?
Is the tip included? _____	Ang tip ba ay kasama?
Can I pay by...?_____	Maaari ba akong magbayad sa pamamagitan ng...?
Can I pay by credit card?___	Maaari ba akong magbayad sa pamamagitan ng kredit kard?
Can I pay by traveler's _____ check?	Maaari ba akong magbayad sa pamamagitan ng tseke ng manlalakbay?
Can I pay with foreign _____ currency?	Maaari ba akong magbayad ng pera ng ibang bansa?
You've given me too _____ much/you haven't given me enough change	Biniyan ninyo ako ng labis/hindi pa ninyo ako binibigyan ng sapat na sukli
Could you check this _____ again, please?	Maaari po ba na tingnan ninyo uli ito?
Could I have a receipt, _____ please?	Maaari po ba na kunin ang resibo?
I don't have enough _____ money on me	Wala akong sapat na pera
This is for you _____	Ito ay para sa iyo
Keep the change _____	Sa iyo na ang sukli

| Hindi kami tumatanggap ng kredit _____ kard/tseke ng manlalakbay/pera ng ibang bansa | We don't accept credit cards/traveler's checks/foreign currency |

Mail and telephone

9 Mail and telephone

9.1 Mail

For giros, see 8 Money matters

● **The Manila General Post Office** is open Monday to Friday from 8 am to 12 noon and from 1 pm to 5 pm. On Saturday, it is only open from 8 am to 12 noon. Other major post offices around the Metro Manila area follow the same schedule, while post offices in the provinces do not open on Saturdays.

Local ordinary mail takes up to three weeks to reach its destination but only a week if posted as special mail. Domestic airmail letters cost P5 for ordinary mail and P10 for special delivery. A speed mail service which delivers mail within 24 hours is available and it costs P15. The weight limit for air and sea parcels is 20 kg and postal employees need to see the contents before accepting them. For visitors, the most convenient postal facilities are found at Rizal Park and at the domestic and international airports, including Centennial Terminal II.

hiro postal money orders	selyo stamps	telegrama telegrams
pakete parcels		

Where is... _____	Saan ang...
– the nearest post office? __	– pinakamalapit na tanggapan ng koreo?
– the main post office? ____	– ang sentral na tanggapan ng koreo?
– the nearest mail box? ____	– ang pinakamalapit na buson?
Which counter should I ____ go to...?	Alin ang kawnter na dapat kung puntahan upang...?
Which counter should I ____ go to to send a fax?	Alin ang kawnter na dapat kung puntahan upang magpadala ng paksimile?
Which counter should I ____ go to to change money?	Alin ang kawnter na dapat kung puntahan upang magpalit ng pera?
Which counter should I ____ go to to change giro checks?	Alin ang kawnter na dapat kung puntahan upang magpalit ng tsekeng hiro?
Which counter should I ____ go to to wire a money order?	Alin ang kawnter na dapat kung puntahan upang magkable ng hiro postal?
Which counter should I ____ go to for general delivery?	Alin ang kawnter na dapat kung puntahan para sa pangkalahatang paghahatid?

Is there any mail for me? __ Mayroon bang sulat para sa akin?

My name's... _____ Ang pangalan ko ay...

Stamps

What's the postage for ____ Magkano ang selyo para sa...patungo
a...to...?   sa...?

Are there enough _____ Sapat na ba ang selyong ito?
stamps on it?

I'd like [quantity] _____ Nais ko ng [maramihan][matipid] na selyo
[value] stamps

I'd like to send this... _____ Nais kong ipadala ito...

– express _____ – ng ekspres

– by air mail _____ – sa koreo panghimpapawid

– by registered mail _____ – sa rehistradong koreo

Telegram/fax

I'd like to send a _____ Nais kong magpadala ng telegrama sa...
telegram to...

How much is that per ____ Magkano ang bawat salita?
word?

This is the text I want_____ Ito ang teksto na gusto kong ipadala
to send

Shall I fill out the form_____ Ako ba ang magpupuno sa porma?
myself?

Can I make photocopies/___ Maaari ba akong magpakopya sa
send a fax here?   makina/magpadala ng paksimile dito?

How much is it per page?__ Magkano ang bawat pahina?

9 .2 Telephone

See also 1.8 Telephone alphabet

● **With the introduction of International Direct Dial (IDD)** it is
easier now to make international calls in the Philippines, but there are
still problems with the system, such as those associated with telephone
operators. Most numbers are reachable through the telephone system
of the main island of Luzon, but making calls to the provinces is done
through a telephone operator. There are public phones in the cities but
very few in the provinces. Phone cards are the most convenient way of
using the telephone system, and card-operated phones are available in
public places. There are no coin-operated telephones in the country.

Dial 00 to get out of the Philippines, then the relevant country code, city code and number. The tourist assistance hotline in Manila, which operates 24 hours, is 02 523 8411. All operators speak English.

Is there a phone booth around here?	May silid ba ng telepono sa paligid na ito?
May I use your phone, please?	Maaari po ba na gamitin ang inyong telepono?
Do you have a (city/region) phone directory?	Mayroon ba kayong pang (lungsod/probinsiya) na direktoryo ng telepono?
Where can I get a phone card?	Saan ako maaaring kumuha ng kard ng telepono?
Could you give me...	Maaari ba na ibigay ninyo sa akin...
– the number for international directory assistance?	– ang numero ng tulong sa direktoryo panginternasyonal?
– the number of room...?	– ang numero ng silid...?
– the international access code?	– ang internasyonal akses kod?
– the...(country) code?	– ang...(country) kod ng bansa?
– the area code for...?	– ang kod ng distrito para sa...?
– the number of [subscriber]...?	– ang numero ng [subskrayber]...?
Could you check if this number's correct?	Maaari ba ninyong tingnan kung ang numerong ito ay tama?
Can I dial international direct?	Maaari ba na magdayal ng tuwirang internasyonal?
Do I have to go through the switchboard?	Kailangan pa ba akong dumaan sa switsbord?
Do I have to dial '0' first?	Kailangan ba na idayal ko muna ang 'O'?
Do I have to reserve my calls?	Dapat ba na magpareserba ako ng aking tawag?
Could you dial this number for me, please?	Maaari po ba ninyong idayal ang numerong ito para sa akin?
Could you put me through to.../extension..., please?	Maaari po ba na ako ay inyong ikabit sa.../ekstensiyon...?
I'd like to place a collect call to...	Nais ko pong tumawag na kolek sa...

What's the charge per _____ minute?	Ano ang bayad sa bawat minutong tawag?
Have there been any _____ calls for me?	May mga tawag ba para sa akin?

The conversation

Hello, this is..._____	Helo, ito ay...
Who is this, please? _____	Sino po sila?
Is this...?_____	Ito ay...?
I'm sorry, I've dialed_____ the wrong number	Dinaramdam ko, mali ang idinayal kong numero
I can't hear you _____	Hindi kita marinig
I'd like to speak to... _____	Nais kong maka-usap si...
Is there anybody who _____ speaks English?	May nagsasalita ba ng Ingles?
Extension..., please_____	Ang ekstensiyon po...
Could you ask him/_____ her to call me back?	Maaari ba na hilingin mo sa kanya na ibalik ang aking tawag?
My name's... _____	Ang aking pangalan ay...
My number's... _____	Ang aking numero ay...
Could you tell him/her _____ I called?	Maaari ba na sabihin ninyo sa kanya na tumawag ako?
I'll call him/her back _____ tomorrow	Tatawagan ko siya bukas

Mail and telephone 9

May tawag para sa iyo _____	There's a phone call for you
Kailangang idayal ninyo muna ang '0'_____	You have to dial '0' first
Isang sandali po lamang _____	One moment, please
Walang sumasagot _____	There's no answer
Ang linya ay ginagamit_____	The line's busy
Nais ba ninyong maghintay? _____	Do you want to hold?
Ikakabit ko na kayo_____	Connecting you
Mali ang inyong numero _____	You've got a wrong number
Wala siya dito ngayon_____	He's/she's not here right now
Babalik siya sa..._____	He'll/she'll be back at...
Ito ang makinang pansagot ni... _____	This is the answering machine of...

Shopping

Shopping

⑩ Shopping

● **Visitors to Manila** are often surprised at the many huge shopping centers found throughout Metro Manila, many of which are modern malls with clothing boutiques, restaurants, bowling alleys, antique shops, huge atriums, food courts, supermarkets and cinemas, like those found in western cities. Shopping malls are generally open every day from 10 am to 9 pm. They are often crowded, particularly during summer when people go window shopping to escape the heat. Large cities in the provinces are also catching up with the boom in shopping malls. Stores in the tourist belt area are mostly open until midnight. A number of shops open 24 hours a day, particularly convenience stores and drugstores.

ahensiya sa pagmamakinilya	optisyan	tindahan ng gamit-panulat
typing agency	**optician**	**stationery shop**
alahas pandamit	pagkumpuni ng motorsiklo at biseleta	tindahan ng herbs
costume jewelry		**herbalist's shop**
alahero	**motorbike and bicycle repairs**	tindahan ng kamera
jeweller	pakulutan	**camera shop**
barbero	**beauty salon**	tindahan ng karne
barber's	palengke	**butcher's shop**
botika/parmasya	**market**	tindahan ng kasuotang panlalaki
pharmacy	panaderya	**haberdashery**
gamit sa bahay	**bakery**	tindahan ng kendi/keyk
household goods	panday-ginto	**confectioner's/cake shop**
kagamitan sa bahay	**goldsmith**	tindahan ng laruan
household appliances (white goods)	relo at orasan	**toy shop**
	watches and clocks	tindahan ng libro
kagamitang katad	sapatero	**book shop**
leather goods	**cobbler**	tindahan ng mga CD, teyp, at iba pa
kalakal ng mahusay na uri ng alak	sapatos	**music shop (CDs, tapes, etc)**
	footwear	tindahan ng mga gamit sa bahay na linen
stock of vintage wines	supermarket	**household linen shop**
laba sa kemikal	**supermarket**	tindahan ng mga gawa sa balahibo ng hayop
dry cleaner	tindahan	**furrier**
labanderiya	**grocery shop**	tindahan ng mga instrumentong pangmusika
laundry	tindahan ng bulaklak	**musical instrument shop**
maggugulay at magpuprutas	**florist**	
greengrocer	tindahan ng damit	
mag-iisda	**clothing shop**	
fishmonger	tindahan ng gamit sa isport	
malaking tindahan	**sporting goods shop**	
department store	tindahan ng gamit sa pagkakampo	
mangungulot	**camping supplies shop**	
hairdresser		
narseri		
nursery (plants)		

tindahan ng pabango **perfumery**	tindahan ng poltri **poultry shop**	tindahan ng segunda manong bagay **second-hand shop**
tindahan ng pagkaing luto **delicatessen**	tindahan ng produktong gatas **dairy (shop selling dairy products)**	tindahan ng sorbetes **ice cream shop**
tindahan ng pahayagan **newsstand**	tindahan ng prutas at gulay **fruit and vegetable shop**	tindahan sa sariling pamimili **do-it-yourself shop** tobakero **tobacconist**

Shopping

10.1 Shopping conversations

Where can I get...?	Saan ako makakakuha ng...?
When is this shop open?	Kailan magbubukas ang tindahang ito?
Could you tell me where the...department is?	Maaari ba na sabihin mo sa akin kung saan ang departamento ng...?
Could you help me, please?	Maaari po ba na tulungan ninyo ako?
I'm looking for...	Hinahanap ko ang...
Do you sell English/ American newspapers?	Nagbibili ba kayo ng mga pahayagang Amerikano/Ingles?

Kayo ba ay inaasikaso?	**Are you being served?**

No, I'd like...	Hindi, nais ko ng...
I'm just looking, if that's all right	Tumitingin lamang ako, kung puwede lamang

(Gusto mo ba) may iba pa ba?	**(Would you like) anything else?**

Yes, I'd also like...	Oo, gusto ko rin ng...
No, thank you. That's all	Wala na, salamat. Iyan na lamang
Could you show me...?	Maaari bang ipakita mo sa akin...?
I'd prefer...	Mas gusto...

This is not what I'm _____ looking for — Hindi ito ang aking hinahanap

Thank you, I'll keep_____ looking — Salamat sa iyo, titingin pa ako

Do you have _____ something... — Mayroon ba kayong...

– less expensive?_____ – hindi masyadong mahal?

– smaller? _____ – mas maliit?

– larger? _____ – mas malaki?

I'll take this one _____ Kukunin ko ito

Does it come with _____ instructions? — Kasama ba nito ang instruksyon?

It's too expensive _____ Napakamahal naman

I'll give you... _____ Babayaran kita ng...

Could you keep this for _____ me? — Maaari ba na itago mo ito para sa akin?

I'll come back for it later ____ Babalikan ko na lamang ito

Do you have a bag for _____ me, please? — Mayroon po ba kayong bag para sa akin?

Could you gift wrap it, _____ please? — Maaari po ba na balutin ang panregalong ito?

Ipagpaumanhin mo, wala kami niyan ___	I'm sorry, we don't have that
Ipagpaumanhin mo, nabili na lahat ____	I'm sorry, we're sold out
Ipagpaumanhin mo, hindi babalik iyon __ hanggang...	I'm sorry, it won't come back in until...
Bayaran po lamang sa kahero/a_____	Please pay at the cash register
Hindi kami tumatanggap ng kredit kard _	We don't accept credit cards
Hindi kami tumatanggap ng tseke ng____ manlalakbay	We don't accept traveler's checks
Hindi kami tumatanggap ng pera ng ____ ibang bansa	We don't accept foreign currency

10 .2 Food

I'd like a hundred grams ___ of..., please	Gusto ko po ng isang daang gramo ng...
I'd like half a kilo/five _____ hundred grams of...	Gusto ko ng kalahating kilo/limang daang gramo ng...
I'd like a kilo of... _____	Gusto ko ng isang kilong...
Could you...it for me, _____ please?	Maaari po ba ninyong...para sa akin?
– slice it/cut it up for me, ___ please?	– gayatin/hiwain para sa akin?
– grate it for me, please? ___	– kudkurin para sa akin?
Can I order it? _____	Maaari ba akong magpedido nito?
I'll pick it up tomorrow/ ____ at...	Kukunin ko ito bukas/sa...
Can you eat/drink this? ____	Maaari bang kainin/inumin ito?
What's in it? _____	Ano ang laman nito?

10 .3 Clothing and shoes

I saw something in the ___ window	May nakita ako sa bintana ng tindahan
Shall I point it out? _____	Ituturo ko ba ito?
I'd like something to _____ go with this	Nais ko ang isang babagay dito
Do you have shoes to ____ match this?	May sapatos ka ba na katugma nito?
I'm a size...in the US _____	Ang sukat ko sa Amerika ay...
Can I try this on? _____	Maaari ko bang subukan ito?
Where's the fitting room? _	Saan ang silid bihisan?
It doesn't suit me _____	Hindi kasya sa akin
This is the right size _____	Ito ay tamang sukat
It doesn't look good _____ on me	Hindi magandang tingnan sa akin
Do you have this/these ____ in...?	Mayroon ba kayo ng ganito/ng mga ito sa...?

The heel's too high/low _____ Ang takong ay napakataas/napakababa

Is this real leather? _____ Tunay ba na katad ito?

Is this genuine hide? _____ Tunay ba na balat ito?

I'm looking for a...for _____ Naghahanap ako ng isang...para sa
a...year-old child   isang...taong gulang na bata

I'd like a... _____ Nais ko ng...

– silk _____ – sutla

– cotton _____ – bulak

– woolen _____ – balahibo ng hayop/lana

– linen_____ – linen

At what temperature _____ Anong init ang kailangan sa paglalaba
should I wash it?   nito?

Will it shrink in the wash?__ Uurong ba ito matapos labhan?

Huwag patuyuin sa makina **Do not spin dry** Huwag plantsahin **Do not iron**	Ilatag ng pahiga **Lay flat** Laba sa kamay **Hand wash**	Laba sa kemikal **Dry clean** Nalalabhan sa makina **Machine washable**

At the cobbler

Could you mend these_____ Maaari ba na ayusin ninyo ang mga
shoes?   sapatos na ito?

Could you resole/reheel ___ Maaari ba na palitan mo ang
these shoes?   suwelas/takong ng mga sapatos na ito?

When will they be ready? __ Kailan ba matatapos ang mga ito?

I'd like..., please _____ Nais ko po ng...

– a can of shoe polish _____ – isang lata ng pampakintab

– a pair of shoelaces_____ – tali ng sapatos

10 .4 **P**hotographs and video

I'd like a film for this_____ Kailangan ko po ng pilm para sa
camera, please   kamerang ito

I'd like a cartridge, please __ Kailangan ko po ng kartutso

– a one twenty-six_____ – isang dalawampu't anim na kartutso
  cartridge

– a slide film_____ – isang slayd pilm

– a movie cassette, please _ – isa pong kaset pampelikula

– a videotape_____ – isang bideoteyp

– color/black and white____ – kulay/itim at puti

– super eight_____ – super walo

– 12/24/36 exposures_____ – 12/24/36 na kuha

– ASA/DIN number_____ – numero ng ASA/DIN

Problems

Could you load the film____ Maaari po ba na ilagay ninyo ang pilm?
  for me, please?

Could you take the film____ Maaari po ba na alisin ninyo ang pilm?
  out for me, please?

Should I replace the_____ Kailangan ba na palitan ko ang baterya?
  batteries?

Could you have a look_____ Maaari po ba na tingnan ninyo ang aking
  at my camera, please?   kamera?

It's not working_____ Hindi ito gumagana

The...is broken_____ Ang...ay sira

The film's jammed_____ Ang pilm ay naipit

The film's broken_____ Ang pilm ay naputol

The flash isn't working____ Ang ilaw ay hindi gumagana

Processing and prints

I'd like to have this film____ Nais ko po na ipadebelop/kopyahin ang
  developed/printed, please pilm na ito

I'd like...prints from each___ Nais ko ng...kopya mula sa bawat
  negative   negatibo

glossy/matte_____ makintab/hindi makintab

I'd like to order reprints____ Nais kong ipakopya muli ang mga
  of these photos   retratong ito

I'd like to have this_____ Nais ko na palakihan ang retratong ito
  photo enlarged

How much is processing? __ Magkano ang proseso?

How much for printing? ___ Magkano ang pagkopya?

How much are the_____ Magkano ang pagkopya-muli
reprints?

How much is it for _____ Magkano ito kung palalakihin?
enlargement?

When will they be ready? __ Kailan ito matatapos?

🔟 .5 At the hairdresser's

Do I have to make an _____ Kailangan ba na kumuha ako ng takdang
appointment? pakikipagkita?

Can I come in right now? __ Maaari ba na pumunta ako ngayon?

How long will I have to ___ Gaano katagal akong maghihintay?
wait?

I'd like a shampoo/ _____ Gusto kong magpasiyampu/magpagupit
haircut ng buhok

I'd like a shampoo for _____ Gusto ko po ng siyampu para sa
oily/dry hair, please malangis/tuyong buhok

I'd like an anti-dandruff ___ Gusto ko ng siyampu na panlaban sa
shampoo balakubak

I'd like a color-rinse _____ Gusto ko po ng kolor-rins na siyampu
shampoo, please

I'd like a shampoo with ___ Gusto ko po ng siyampu na may
conditioner, please kondisyoner

I'd like highlights, please___ Gusto ko po ng pampatingkad

Do you have a color _____ Mayroon po ba kayo ng sukatan ng kulay?
chart, please?

I'd like to keep the same ___ Gusto ko na panatilihin ang parehong
color kulay

I'd like it darker/lighter_____ Gusto ko na mas maitim/mas mapusyaw

I'd like/I don't want _____ Gusto ko/hindi ko gusto ng isprey sa
hairspray buhok

– gel_____ – dyil

– lotion _____ – losyon

I'd like short bangs _____ Gusto ko ng maikling bangs

Not too short at the back __ Huwag na napakaikli sa likuran

Not too long _____ Huwag masyadong mahaba

I'd like it curly/not too ____ Gusto ko ay kulot/hindi masyadong kulot
curly

It needs a little/a lot _____ Kailangan ng kaunting/maraming
taken off gugupitin

I'd like a completely _____ Gusto ko ng ibang estilo/naiibang gupit
different style/a different
cut

I'd like it the same as _____ Gusto ko ang katulad ng nasa retrato
in this photo

– as that woman's _____ – ng sa babae

Could you turn the drier ___ Maaari ba na tulinan/hinaan ng kaunti ang
up/down a bit? pantuyo

I'd like a facial_____ Nais ko ng pangmukha/pasiyal

– a manicure _____ – manikyur

– a massage _____ – masahe

Could you trim my..., _____ Maaari ba na gupitan mo ang aking...?
please?

– bangs_____ – bangs

– beard _____ – balbas

– moustache _____ – bigote

I'd like a shave, please_____ Gusto ko pong magpa-ahit

I'd like a wet shave, _____ Nais ko po ng basang pag-ahit
please

Paano ang gusto ninyong gupit?_____ How do you want it cut?

Ano ang estilo na inyong iniisip? _____ What style did you have in
mind?

Ano ang kulay na gusto ninyo? _____ What color did you want
it?

Ang init ba ay tama para sa inyo?_____ Is the temperature all right
for you?

Gusto ba ninyo ng babasahin?_____ Would you like something
to read?

Gusto ba ninyo ng inumin?_____ Would you like a drink?

Ito ba ang nasa inyong isipan?_____ Is this what you had in
mind?

Shopping

10

At the Tourist Information Center

11 At the Tourist Information Center

11.1 Places of interest

● **The tourism program** of the Philippines is administered by the Department of Tourism which is located in Rizal Park, Manila. Regional tourist offices can be found in places with major tourist attractions, such as Baguio City, Zamboanga City, Tacloban City, Davao City, Boracay and others. Regional offices usually provide information about their respective tourist attractions. A good range of more specific local information about places of interest is available free. The Manila tourist office is open from 7 am to 6 pm daily, while offices at the Ninoy Aquino International Airport and the Centennial Terminal are open specifically to welcome arriving passengers.

Where's the Tourist Information, please?	Saan po ang Impormasyong Panturismo?
Do you have a city map?	May mapa ng lungsod ba kayo?
Where is the museum?	Saan ang museo?
Where can I find a church?	Saan ko matatagpuan ang simbahan?
Could you give me some information about...?	Maaari ba ninyo akong bigyan ng impormasyon tungkol sa...?
How much is this?	Magkano ito?
What are the main places of interest?	Ano ang pinakainteresadong mga lugar?
Could you point them out on the map?	Maaari ba na ituro mo ito sa mapa?
What do you recommend?	Ano ang inyong mairerekomenda?
We'll be here for a few hours	Titigil kami rito ng ilang oras
We'll be here for a day	Titigil kami dito ng isang araw
We'll be here for a week	Titigil kami dito ng isang linggo
We're interested in...	Interesado kami sa...
Is there a scenic walk around the city?	May pamamasyal ng tanawin ba sa paligid ng lungsod?
How long does it take?	Gaano katagal ito?
Where does it start/end?	Saan ito nagsisimula/nagtatapos?

Are there any boat trips? __	May pamamasyal ba sa bangka?
Where can we board? ____	Saan kami maaaring sumakay?
Are there any bus tours? __	May pamamasyal ba na sakay ng bus?
Where do we get on?____	Saan kami sasakay?
Is there a guide who ____ speaks English?	May giya ba na nagsasalita ng Ingles?
What trips can we take ___ around the area?	Ano ang pamamasyal na maaari naming gawin sa paligid ng pook?
Are there any _____ excursions?	May mga ekskursiyon ba?
Where do they go? _____	Saan patungo ang mga ito?
We'd like to go to..._____	Nais naming pumunta sa...
How long is the _____ excursion?	Gaano tatagal ang ekskursiyon?
How long do we _____ stay in...?	Gaano kami magtatagal dito sa...?
Are there any guided ____ tours?	May mga pamamasyal ba na may giya?
How much free time_____ will we have there?	Gaano ang tagal ng aming libreng oras doon?
We want to have a walk ___ around/to go on foot	Nais naming maglakad sa paligid
Can we hire a guide? ____	Maaari ba kaming magbayad ng isang giya?
Can we reserve a hut? ____	Maaari ba kaming magpareserba ng isang kubo?
What time does...open/____ close?	Anong oras...nagbubukas/nagsasara ang?
What days is...open/_____ closed?	Anong araw bukas/sarado ang...?
What's the admission_____ price?	Magkano ang bayad sa pagpasok?
Is there a group _____ discount?	May diskuwento ba para sa grupo?
Is there a child _____ discount?	May diskuwento ba para sa bata?

Is there a discount for _____ senior citizens?	May diskwento ba para sa mga matatanda?
Can I take (flash) _____ photos/can I film here?	Maaari ba akong kumuha ng retrato na may ilaw/maaari ba akong kumuha ng pelikula dito?
Do you have any _____ postcards of...?	May postkard ba kayo ng...?
Do you have an _____ English...	Kayo ba ay mayroong Ingles na...
– catalogue? _____	– katalogo?
– program? _____	– programa?
– brochure? _____	– polyeto?

🕚 .2 Going out

● **The main venue** for theater presentations in the Philippines is the Cultural Centre of the Philippines, located on land reclaimed from Manila Bay. It is the national center for the performing arts and home to the Philippine Philharmonic Orchestra, Ballet Philippines and *Tanghalang Pilipino*. Other theater groups include the Repertory Philippines (which has produced countless presentations and was the training ground of Lea Salonga, the internationally recognized actress who has starred in the hit musicals *Miss Saigon* and *Les Miserables)* and the Gantimpala Theater Foundation, housed at the Manila Metropolitan Theater near the GPO. Classical music concerts and Broadway musical presentations are regularly held in Metro Manila by these groups. In addition, the excellent free Concert at the Park held on Sundays in the open-air auditorium at the Rizal Park is worth a visit. It features a program of classical music, song and dance.

Do you have this week's/ _ month's entertainment guide?	May programa ba kayo para ngayong linggo/buwang pagtatanghal?
What's on tonight? _____	Ano ang para ngayong gabi?
We want to go to... _____	Gusto naming pumunta sa...
What's playing at the _____ cinema?	Ano ang palabas sa sinehan?
What sort of film is that? _	Ano ang klase ng pelikulang iyan?
– suitable for everyone _____	– maaari ba ito para sa lahat
– not suitable for people ___ under 12/under 16	– hindi para sa mga taong may edad na 12/mababa sa 16
– original version _____	– orihinal na bersiyon

– subtitled _____	– may pangalawang titulo
– dubbed _____	– salin sa ibang wika
Is it a continuous____ showing?	Tuloy-tuloy ba ang pagpapalabas?
What's on at... _____	Ano ang palabas sa...
– the theater? _____	– teatro?
– the opera? _____	– opera?
What's happening in ____ the concert hall?	Ano ang nangyayari sa bulwagang pangkonsiyerto?
Where can I find a good ___ disco around here?	Saan ako maaaring makakita ng mahusay na disko sa lugar na ito?
Is it members only? ____	Ito ba ay pangmiyembro lamang?
Where can I find a good ___ nightclub around here?	Saan ako makakita ng mahusay na niteklab sa lugar na ito?
Is it evening wear only? ___	Panggabing kasuotan lamang ba?
Should I/we dress up? ____	Magbibihis ba ako/tayo ng mahusay?
What time does the _____ show start?	Anong oras magsisimula ang palabas?
When's the next soccer ___ match?	Kailan ang susunod na labanan ng saker?
Who's playing? _____	Sino ang maglalaro?
I'd like an escort (m/f) ____ for tonight	Gusto ko ng isang (babae/lalake) kasama ngayong gabi

11 .3 Reserving Tickets

Could you reserve_____ some tickets for us?	Maaari ba na ipagreserba mo kami ng ilang tiket?
We'd like to book...seats/ __ a table for...	Nais naming magpalista ng...upuan/isang mesa para sa...
...seats in the orchestra____ in the main section	upuan sa orkestra sa pangunahing seksiyon
...seats in the circle _____	upuan sa gitna
a box for... _____	isang palko para sa...
...front row seats/a table___ for...at the front	upuan sa unahan/mesa para sa...sa harapan

...seats in the middle/_____ upuan sa gitna/mesa sa gitna
a table in the middle

...back row seats/a table ___ upuan sa hulihan/mesa sa hulihan
at the back

Could I reserve...seats _____ Maaari ba akong magpareserba ng...
for the...o'clock upuan para sa ika...oras na pagtatanghal?
performance?

Are there any seats left ____ May natitira pa bang upuan para ngayong
for tonight? gabi?

How much is a ticket? _____ Magkano ang isang tiket?

When can I pick up the ___ Kailan ko makukuha ang mga tiket?
tickets?

I've got a reservation _____ May reserbasyon ako

My name's... _____ Ang pangalan ko ay...

Ano ang pagtatanghal na gusto_____ Which performance do you
ninyong ipareserba? want to reserve for?
Saan ninyo gustong umupo? _____ Where would you like to
sit?
Ang lahat ay nabili na _____ Everything's sold out
Nakatayo na po lamang _____ It's standing room only
Mayroon na lamang kaming _____ We've only got circle seats
natitirang pabilog na upuan left
Mayroon na lamang kaming _____ We've only got upper circle
natitirang pabilog na upuan sa itaas (way upstairs) seats left
Mayroon na lamang kaming _____ We've only got orchestra
natitirang upuang pangorkestra seats left
Mayroon na lamang kaming _____ We've only got front row
natitirang upuan sa unahan seats left
Mayroon na lamang kaming _____ We've only got seats left at
natitirang upuan sa hulihan the back
Ilan ang upuang gusto ninyo? _____ How many seats would
you like?
Kailangang kunin ninyo ang mga _____ You'll have to pick up the
tiket bago mag... tickets before...o'clock
Ang tiket po lamang ninyo _____ Tickets, please
Ito po ang inyong upuan _____ This is your seat
Kayo ay nasa maling upuan _____ You are in the wrong seat

Sports

12 Sports

12 .1 Sporting questions

Where can we...around here?	Saan kami...dito?
Can I/we hire a...?	Maaari ba ako/kaming umupa ng...?
Can I/we take...lessons?	Maaari ba ako/kaming kumuha ng... leksiyon?
How much is that per hour/per day	Magkano ang bayad bawat oras/araw?
How much is each one?	Magkano ang bawat isa?
Do you need a permit for that?	Kailangan ba ang permiso para dito?
Where can I get the permit?	Saan ako maaaring kumuha ng permiso?

12 .2 By the waterfront

Is it far (to walk) to the sea?	Malayo ba na lakarin ang patungo sa dagat?
Is there a...around here?	May...ba sa lugar na ito?
– a swimming pool	– isang palanguyan
– a sandy beach	– isang baybayin
– a nudist beach	– isang aplaya para sa mga nakahubo't hubad
– mooring place/dock	– daungan
Are there any rocks here?	Mayroon bang mga batuhan dito?
When's high/low tide?	Kailan ang pagtaas/pagbaba ng tubig?
What's the water temperature?	Ano ang temperatura ng tubig?
Is it deep here?	Napakalalim ba dito?
Is it safe for children to swim here?	Ligtas ba para sa mga bata ang lumangoy dito?
Are there any currents?	May mga alon ba?
Are there any rapids/waterfalls along this river?	May malakas na agos/talon ba sa kahabaan ng ilog na ito?

What does that flag/_____ buoy mean?	Ano ang kahulugan ng bandila/palutang na iyan?
Is there a lifeguard on ____ duty?	May bantay-buhay ba na nasa puwesto?
Are dogs allowed here?____	Pinapayagan ba ang mga aso dito?
Is camping on the _____ beach allowed?	Pinapayagan ba ang pagkakampo sa dalampasigan?
Can we light a fire?_____	Maaari ba kaming magsiga

Bawal ang lumangoy	Bawal sumakay sa	Pamingwitang tubig
No swimming	alon	Fishing waters
Bawal ang mangisda	No surfing	Sa mga may
No fishing	Mapanganib	permiso lamang
	Danger	Permits only

Sickness

 **Sickness**

13.1 Call (get) the doctor

● **If you become ill** or need emergency treatment, the best option is the Casualty Department at the nearest hospital.

Could you get a doctor quickly, please?	Maaari ba na tumawag kayo kaagad ng doktor?
When does the doctor have office hours?	Ano ang oras ng doktor?
When can the doctor come?	Kailan maaaring dumating ang doktor?
Could I make an appointment to see the doctor?	Maaari ba akong gumawa ng pakikipagkita sa doktor?
I've got an appointment to see the doctor at...o'clock	May pakikipagkita ako sa doktor sa...
Which doctor/pharmacy is on night/weekend duty?	Alin ang doktor/botika na bukas sa gabi/ Sabado at Linggo?

13.2 Patient's ailments

I don't feel well	Masama ang pakiramdam ko
I'm dizzy	Nahihilo ako
– ill	– maysakit
I feel sick (nauseous)	Naduduwal ako
I've got a cold	May sipon ako
It hurts here	Masakit dito
I've been sick (vomited)	Matagal na akong maysakit (nagsusuka)
I've got...	Mayroon akong...
I'm running a temperature of...degrees	Ang aking temperatura ay...digri
I've been...	Akoy ay...
– stung by a wasp	– nakagat ng putakti
– stung by an insect	– nakagat ng insekto
– bitten by a dog	– nakagat ng aso

– stung by a jellyfish _____	– natusok ng jellyfish
– bitten by a snake _____	– natuklaw ng ahas
– bitten by an animal _____	– nakagat ng hayop
I've cut myself _____	Nahiwa ko ang aking sarili
I've burned myself _____	Nasunog ko ang aking sarili
I've grazed/scratched _____ myself	Nagalusan/nakalmot ko ang aking sarili
I've had a fall _____	Ako ay nahulog
I've sprained my ankle_____	Napilay ang aking bukong-bukong
I'd like the morning-after __ pill	Nais ko ng pang-umagang tableta

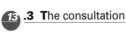 .3 The consultation

Ano ba problema? _____	What seems to be the problem?
Gaano katagal na ang iyong _____ nararamdaman?	How long have you had these complaints?
Nagkaroon ka ba ng ganitong _____ problema noon?	Have you had this trouble before?
Mataas ba ang iyong temperatura? _____ Ano ito?	Do you have a temperature? What is it?
Alisin po ninyo ang inyong damit _____	Get undressed, please
Alisin po ninyo ang damit pang-itaas___	Strip to the waist, please
Maaari ka nang maghubad doon_____	You can undress there
Lilisin po ninyo ang inyong_____ kaliwa/kanan na manggas	Roll up your left/right sleeve, please
Humiga po kayo _____	Lie down here, please
Masakit ba dito? _____	Does this hurt?
Huminga ng malalim_____	Breathe deeply
Ibukas ang inyong bibig	Open your mouth

Patients' medical history

I'm a diabetic _____	Ako bo ay diyabetik
I have a heart condition ___	May sakit ako sa puso
I'm asthmatic _____	May hika ako
I'm allergic to... _____	Alerdyi ako sa...
I'm...months pregnant _____	Ako ay...buwang buntis

Sickness

13

I'm on a diet _____ Ako ay nagdidiyeta

I'm on medication/ _____ Ako ay ginagamot/ang tableta
the pill

I've had a heart attack _____ Nagkaroon ako minsan ng atake sa puso
once before

I've had a(n)...operation ___ Nagkaroon ako ng operasyon sa...

I've been ill recently _____ Nagkasakit ako kailan lamang

I've got a stomach ulcer ___ May ulser ako sa tiyan

I've got my period_____ May regla ako

May alerdyi ka ba? _____ Do you have any allergies?
Ikaw ba ay ginagamot?_____ Are you on any
                                      medication?
Ikaw ba ay nagdidiyeta? _____ Are you on a diet?
Ikaw ba ay buntis? _____ Are you pregnant?
Nagkaroon ka na ba ng ineksiyon _____ Have you had a tetanus
  sa tetanus?   injection?

The diagnosis

Hindi maselan _____ It's nothing serious
Ang iyong...ay sira_____ Your...is broken
May pilay ka... _____ You've got a sprained...
Mayroon kang nalagot na... _____ You've got a torn...
Mayroon kang impeksiyon/ilang_____ You've got an infection/
  pamamaga   some inflammation
May apendisitis ka _____ You've got appendicitis
May bronkitis ka _____ You've got bronchitis
May sakit ka sa babae_____ You've got a venereal
                                   disease
May trangkaso ka _____ You've got the flu
May atake sa puso _____ You've had a heart attack
Mayroon kang impeksiyong bayral/ _____ You've got a (viral/
  bakterya   bacterial) infection
May pulmonya ka_____ You've got pneumonia
May gastraytis/ulser ka _____ You've got gastritis/
                                   an ulcer
May nabanat kang kalamnan _____ You've pulled a muscle
May impeksiyon ka sa puwerta _____ You've got a vaginal
                                   infection
May pagkalason ka sa pagkain_____ You've got food poisoning
May sunog ka sa balat _____ You've got sunstroke
Alerdyi ka sa... _____ You're allergic to...

Ikaw ay buntis _____	You're pregnant
Nais kung ipasuri ang iyong dugo/ _____ ihi/dumi	I'd like to have your blood/ urine/stools tested
Kailangang tahiin ito _____	It needs stitches
Itutukoy kita sa isang espesyalista/ _____ ipadadala kita sa ospital	I'm referring you to a specialist/sending you to the hospital
Kailangang kunan ka ng ilang eksrey _____	You'll need some x-rays taken
Maaari po ba kayong maghintay _____ sa silid hintayan?	Could you wait in the waiting room, please?
Kailangan mo ng operasyon _____	You'll need an operation

Is it contagious? _____	Nakahahawa ba ito?
How long do I have to _____ stay...	Gaano katagal ako titigil...
– in bed? _____	– sa kama?
– in the hospital? _____	– sa ospital?
Do I have to go on a_____ special diet?	Kailangan ba akong magdiyeta ng espesyal?
Am I allowed to travel? ____	Maaari ba akong magbiyahe?
Can I make another _____ appointment?	Maaari ba akong humiling ng isa pang pakikipagkita?
When do I have to _____ come back?	Kailan ba ako dapat bumalik?
I'll come back tomorrow ___	Babalik ako bukas
How do I take this _____ medicine?	Paano ko gagamitin ang gamot na ito?

Bumalik ka bukas/sa loob ng.... _____	Come back tomorrow/ in...days' time

13 .4 Medication and prescriptions

How many pills/drops/_____ injections/spoonfuls/ tablets each time?	Ilang pilduras/patak/ineksiyon/ kutsarita/tableta sa bawat gamit?
How many times a day? ___	Ilang beses sa isang araw?

I've forgotten my_____ Nakalimutan ko ang aking gamot
medication

At home I take... _____ Sa bahay, umiinom ako ng...

Could you write _____ Maaari po ba ninyo akong bigyan ng
prescription for me, reseta?
please?

Bibigyan kita ng reseta sa antibayotik/___ pinaghalo/pampakalma/pamatay ng sakit	I'm prescribing antibiotics/ a mixture/a tranquilizer/ painkillers
Dapat magkaroon ka ng hustong_____ pamamahinga	Have lots of rest
Mamalagi ka sa loob ng bahay _____	Stay indoors
Mamalagi ka sa higaan_____	Stay in bed

ang gamot na ito ay makakaapekto sa iyong pagmamaneho **this medication impairs your driving**	ineksiyon **injections**	patak **drops**
	inumin **take**	pilduras **pills**
bago kumain **before meals**	ipahid **rub on**	tableta **tablets**
bawa...oras **every...hours**	lunukin lahat **swallow whole**	tapusin ang reseta **finish the prescription**
...bawat araw **...times a day**	pamahid **ointment**	tunawin sa tubig **dissolve in water**
buong kutsarita/ kutasara **spoonful/teaspoonful**	panlabas na gamit lamang **external use only**	
	para sa...araw **for...days**	

🔞 .5 At the dentist's

Do you know a good _____ May alam ka bang mahusay na dentista?
dentist?

Could you make a_____ Maaari mo ba akong igawa ng
dentist's appointment for pakikipagkita sa dentista?
me?

It's urgent _____ Kailangang-kailangan ito

Can I come in today, _____ Maaari po ba akong pumunta ngayon
please

I have a terrible _____ toothache — May napakatinding sakit ako sa ngipin

Could you prescribe/ _____ give me a painkiller? — Maaari ba na resetahan ninyo/bigyan ninyo ako ng pamatay sa sakit?

I've got a broken tooth ____ — May baling ngipin ako

My filling's come out _____ — Ang aking pasak sa ngipin ay natanggal

I've got a broken crown ___ — Ang balot ng aking ngipin ay nasira

I'd like/I don't want a _____ local anesthetic — Gusto ko/Hindi ko gusto ang lokal na panggimay

Could you do a _____ temporary repair? — Maaari ka ba na gumawa ng pansamantalang pagkumpuni?

I don't want this tooth ____ pulled — Ayaw ko na ipabunot ang ngiping ito

My denture is broken_____ — Ang aking pustiso ay sira

Can you fix it? _____ — Maaari ba ninyong ayusin?

Alin ang ngipin na sumasakit? _____ Which tooth hurts?
Mayroon kang pagnanana_____ You've got an abscess
Kailangang gawin ko ang root kanal ____ I'll have to do a root canal
Bibigyan kita ang lokal na anestisya_____ I'm giving you a local anesthetic

Kailangan kong bunutin/pasakan/ _____ kikilin ang ngiping ito — I'll have to pull/fill/file this tooth
Kailangang barenahin ko ito _____ I'll have to drill it
Ibukas po ng maluwang_____ Open wide, please
Ipinid mo ang inyong bibig_____ Close your mouth, please
Magmumog po _____ Rinse, please
Masakit pa ba? _____ Does it hurt still?

In trouble

14 .1 Asking for help

Help! _____ Saklolo!/Tulong!

Fire! _____ Sunog!

Police! _____ Pulis!

Quick!/Hurry! _____ Bilis!/Dali!

Danger! _____ Panganib!/Peligro!

Watch out! _____ Mag-ingat!

Stop! _____ Tigil!/Hinto!

Be careful!/Go easy! ____ Ingat!/Dahan-dahan!

Get your hands off me! ___ Huwag mo akong hawakan!

Let go! _____ Bitiwan mo!/Alpasan mo!

Stop thief! _____ Harangin ang magnanakaw!

Could you help me, _____ Maaari po ba na tulungan ninyo ako?
please?

Where's the police _____ Saan naroroon ang estasyon ng pulis/
station/emergency   labasang pangkagipitan/takasan sa
exit/fire escape?   sunog?

Where's the nearest fire ___ Saan ang pinakamalapit na pamatay ng
extinguisher?   apoy?

Call the fire department! ___ Tawagan ang bombero!

Call the police! _____ Tawagan ang pulis!

Call an ambulance! _____ Tawagan ang ambulansiya!

Where's the nearest _____ Saan ang pinakamalapit na telepono?
phone?

Could I use your phone? ___ Maaari ba na gamitin ang inyong
telepono?

What's the emergency _____ Ano ang pangkagipitang numero?
number?

What's the number for _____ Ano ang numero ng pulis?
the police?

14 .2 Loss

I've lost my wallet/purse ___	Naiwala ko ang aking pitaka/kortamoneda
I lost my...here yesterday ___	Nawala ang aking...dito kahapon
I left my...here ___	Naiwan ko ang aking...dito
Did you find my...? ___	Nakita mo ba ang aking...?
It was right here ___	Nandito iyon
It's very valuable ___	Napakahalaga noon
Where's the lost and found office? ___	Saan ang tanggapan ng nawala at nakuha?

14 .3 Accidents

There's been an accident ___	May aksidenteng naganap
Someone's fallen into the water ___	May isang nahulog sa tubig
There's a fire ___	Mayroong sunog
Is anyone hurt? ___	May nasaktan ba?
Nobody/someone has been injured ___	Walang sinuman ang nasaktan/may nasaktan
Someone's still trapped inside the car/train ___	May nakakulong pa rin sa loob ng sasakyan/tren
It's not too bad ___	Hindi masyadong malubha
Don't worry ___	Huwag mag-alala
Leave everything the way it is, please ___	Huwag galawin/Hayaan ang lahat sa kinalalagyan nito
I want to talk to the police first ___	Gusto kong makipag-usap muna sa pulis
I want to take a photo first ___	Gusto kong kumuha muna ng retrato
Here's my name and address ___	Narito ang aking pangalan at tirahan
May I have your name and address? ___	Maaari ba na ibigay mo ang iyong pangalan at tirahan?
Could I see your identity card/your insurance papers? ___	Maaari ba na makita ko ang iyong ID/mga papeles sa seguro?

In trouble

14

Will you act as a _____ Maaari ka bang maging testigo?
witness?

I need this information ____ Kailangan ko ang impormasyong ito para
for insurance purposes sa seguro

Are you insured? _____ Nakaseguro ka ba?

Third party or all _____ Pangatlong partido o lahat kasama?
inclusive?

Could you sign here, _____ Pakipirmahan po lamang dito?
please?

14 .4 Theft

I've been robbed _____ Pinagnakawan ako

My...has been stolen _____ Ang aking...ay ninakaw

My car's been _____ Ang aking sasakyan ay pinasok
broken into

14 .5 Missing person

I've lost my child/ _____ Nawawala ang aking anak/lola
grandmother

Could you help me find____ Maaari ba na tulungan ninyo akong
him/her? hanapin siya?

Have you seen a small_____ May nakita ba kayong isang maliit na
child? bata?

He's/she's...years old _____ Siya ay...taong gulang

He/she's got...hair _____ Siya ay may...buhok

– short/long_____ – maikling/mahaba

– blond/red/brown/ _____ – blonde na/pulang/kulay kayumangging/
black/gray itim na/puting

– curly/straight/ frizzy _____ – kulot/tuwid/kulutin

– in a ponytail_____ nakaponiteyl

– in braids _____ – nakatrintas

– in a bun_____ – nakapusod

He's/she's got _____ Siya ay may matang asul/kulay
blue/brown/green eyes kayumanggi/berde

He/she's wearing..._____ Ang suot niya ay...

In trouble

14

swimming trunks/ hiking boots	damit panlangoy/botang panlakad sa malayo
with/without glasses	may/walang salamin sa mata
carrying/not carrying a bag	may/walang dalang bag
He/She is tall/short	Siya ay matangkad/mababa
This is a photo of him/ her	Ito ang kanyang larawan
He/she must be lost	Tiyak na nawawala siya

 .6 The police

An arrest

Ipakita (sasakyan) po lamang ang inyong mga dokumento	Your (vehicle) documents, please
Napakatulin ninyong magmaneho	You were speeding
Hindi ka maaaring pumarada dito	You're not allowed to park here
Hindi mo pa inilalagay ang pera sa metro sa pagparada	You haven't put money in the parking meter
Ang ilaw mo ay hindi gumagana	Your lights aren't working
Iyan ay Ps...na multa	That's a Ps...fine
Magbabayad ka na ba ngayon?	Do you want to pay now?
Kailangang magbayad ka na ngayon	You'll have to pay now

I don't speak Filipino	Hindi ako nagsasalita ng Filipino
I didn't see the sign	Hindi ko nakita ang karatula
I don't understand what it says	Hindi ko maintindihan ang ibig sabihin nito
I was only doing... kilometers an hour	Nagmamaneho lamang ako ng... kilometro bawat oras
I'll have my car checked	Patitingnan ko ang aking sasakyan
I was blinded by oncoming lights	Ako ay nasilaw ng pasalubong na sasakyan

In trouble

14

At the police station

Saan ito nangyari? _____ Where did it happen?
Ano ang nawawala? _____ What's missing?
Ano ang kinuha?_____ What's been taken?
Maaari ba na makita ang iyong _____ Could I see your identity
ID/ilang pagkakakilanlan? card/some identification?
Anong oras nangyari ito?_____ What time did it happen?
May nakakita ba? _____ Are there any witnesses?
Pakipirmahan po lamang dito_____ Sign here, please
Kailangan mo ba ng _____ Do you want an
tagapagpaliwanag? interpreter?

I want to report a_____ Nais kong ireport ang isang
collision/missing person/ banggaan/nawawalang tao/ginahasa
rape

Could you make a _____ Maaari po ba kayong gumawa ng
statement, please? pahayag?

Could I have a copy for ____ Tingnan ko ang kopya ng inyong seguro?
the insurance?

I've lost everything _____ Nawala ko ang lahat

I've no money left, I'm_____ Wala akong naiwang pera, desperado ako
desperate

Could you lend me a _____ Maaari ba na pahiramin mo ako ng
little money? kaunting pera?

I'd like an interpreter _____ Kailangan ko ng isang tagapagpaliwanag

I'm innocent _____ Ako ay walang kasalanan

I don't know anything _____ Hindi ko alam ang tungkol dito
about it

I want to speak to _____ Nais kung makipag-usap sa isang taga-
someone from the Embahada ng Amerika
American embassy

I want a lawyer who_____ Nais ko ng abogado na nakapagsasalita
speaks... ng...

In trouble

14

15

Word list

Word list English - Tagalog

● **The following word list** is meant to supplement the chapters in this book. Where the gender of a noun is not clear, the ending is shown as -o/a for masculine and feminine forms respectively, e.g. sales clerk is tindero/a.

Some of the words not on this list can be found elsewhere in this book. Food items can be found in Section 4.7, the parts of a car on pages 48–49, the parts of of motorcycle/bicycle on page 52 and camping/backpacking equipment on page 68.

A

about	tungkol sa
above	sa itaas, sa ibabaw
abroad	nasa ibang bansa
accident	aksidente, sakuna
adaptor	adaptor
address	tirahan, direksiyon
admission	pagpasok, pagtanggap
admission price	halaga ng tiket
adult	may edad na, nasa gulang na
advice	payo, pangaral
aeroplane	eroplano
after	pagkaraan, pagkatapos
afternoon	hapon
aftershave	losyon matapos mag-ahit
again	muli, ulitin
against	laban
age	edad, gulang
AIDS	AIDS
air conditioning	eyr kondesyoning
air mattress	kutsong de hangin
airmail	koreong panghimpapawid
airplane	eroplano
airport	paliparan, erport
alarm	alarma, panghudyat
alarm clock	orasang panghudyat
alcohol	alak, alkohol
all day	buong araw
all the time	lahat ng oras
allergy	alerdyi
alone	nagsosolo, nag-iisa
altogether	sa kalahatan, sa kabuuan
always	palagi, bawat oras
ambulance	ambulansiya
America	Amerika
American	Amerikano
amount	halaga, kuwenta, presyo
amusement park	liwasang libangan
anesthetic (general)	panlahatang anestisya
anesthetic (local)	anestisyang lokal
angry	galit, nagagalit
animal	hayop
ankle	bukong-bukong
answer	sagot

ant	langgam
antibiotics	antibayotik
antique	antigo, luma
antiques	lumang bagay
antiseptic	pandisimpekta, antiseptiko
anus	butas ng puwit, daanan ng dumi
apartment	apartment, aksesorya, paupahan
aperitif	pampagana
apologies	paumanhin, patawad
apple	mansanas
apple juice	katas ng mansana
appointment	pakikipagtipan, pakikipagkita
April	Abril
architecture	arkitektura
area	lugar, distrito
area code	arya kod
arm	bisig, braso
arrange	isaayos, mag-ayos
arrive	dumating, sumipot
arrow	pana, palaso
art	sining, arte
art gallery	galeriyang pansining
artery	ugat na daluyan ng dugo
article	artikulo, sinulat
artificial respiration	artipisyal na paghinga
ashtray	titisan, astrey
ask	magtanong
ask for	humiling ng, itanong
aspirin	aspirina
assault	salakay, lusob
assorted	iba't iba, magkakaiba
at home	sa bahay
at night	sa gabi
at the back	sa likuran
at the front	sa harapan
at the latest	sa pinakamaaga
aubergine	talong
August	Agosto
Australia	Australya
Australian	Australyano/a
automatic	awtomatiko, gumagana ng kusa
autumn	taglagas
awake	gising
awning	tolda, habong

B

baby	bata, batang paslit
baby food	pagkaing bata
babysitter	tagapag-alaga ng bata
back (part of body)	likuran
back (rear)	likod
backpack	bakpak
backpacker	bakpaker
bad (rotting)	sira, bulok
bad (terrible)	masama, terible
bag	bag, buslo, maleta

Word list

15

baker	panadero
balcony	balkonahe
ball	bola
ballpoint pen	balpoynt
banana	saging
bandage	benda
bandaids	bandeyd
bank (finance)	bangko
bank (river)	pampang, dalampasigan
bar (café)	kapehan
barbecue	barbekyu
basketball	basketbol
bath	paliguan
bath towel	tuwalyang pampaligo
bathmat	sapin sa banyo
bathrobe	damit pampaligo
bathroom	paliguan, banyo
battery	baterya
beach	dalampasigan
beans	bins, abetsewelas
beautiful	maganda
bed	kama, katre, papag
bedding	kumot
bee	pukyutan, bubuyog
beef	karneng baka
beer	serbesa
begin	simula
behind	kasunod
belt	sinturon
berth	kamarote, tulugan sa tren
better (to get)	magpagaling
bicycle	bisekleta
bikini	bikini
bill	kuwenta
billiards	bilyar
birthday	kaarawan, kapanganakan
biscuit	biskwit
bite	kagat
bitter	mapait
black	itim
black and white	itim at puti
black eye	nangingitim na mata
bland (taste)	walang lasa
blanket	blanket, kumot
bleach	pampaputi
bleed	dumudugo
blind (can't see)	bulag
blind (on window)	persiyana
blister	paltos
blond	olandes
blood	dugo
blood pressure	presyon ng dugo
blouse	blusa, damit pang-itaas ng babae
bloody nose	balinguyngoy
blue	asul
boat	bangka
body	katawan

boiled	nilaga
bone	buto
book	libro, aklat
booked, reserved	nagpareserba
booking office	tanggapan sa reserbasyon
bookshop	tindahan ng libro, libreriya
border	hangganan
bored	yamot, inis, walang gana
boring	nakakayamot, nakakainis
born	ipinanganak
borrow	hiram
botanic gardens	hardin botaniko
both	pareho
bottle (baby's)	mamador
bottle (wine)	bote ng alak
bottle-warmer	pang-init ng bote
box	kahon
box office	takilya
boy	batang lalaki
boyfriend	kasintahang lalaki
bra	bra, pansalo ng suso
bracelet	pulseras
braised	kinulob
brake	preno
brake oil	langis ng preno
bread	tinapay
break	putol, sira
breakfast	almusal, agahan
breast	dibdib
breast milk	gatas ng ina
bridge	tulay
briefs	salawal panloob
bring	dalhin
brochure	polyeto
broken	sira, wasak
bronze	tanso
broth	pinaglagaan, sabaw
brother	kapatid na lalaki
brown	kulay lupa, kulay kayumanggi
bruise	galos
brush	brotsa
bucket	timba
buffet	bupe
bugs	surot
building	gusali
bun	bunete, matamis na tinapay
burglary	nakawan
burn (injury)	sunog, pinsala
burn (verb)	nasunog
burnt	sunog
bus	bus, trak
bus station	estasyon ng bus
bus stop	himpilan ng bus
business card	tarheta
business class	klaseng pangnegosyo
business trip	biyaheng pangnegosyo
busy (schedule)	abala sa gagawin

busy (traffic)	magulo, makupad
butane, natural gas	natural na gaas
butcher	mangangatay, magkakarne
butter	mantikilya
button	butones
by airmail	sa koreo panghimpapawid
by phone	sa telepono

C

cabbage	repolyo
cabin	kamarote
cake	keyk
call (phonecall)	tawag sa telepono
call (to phone)	tatawag sa telepono
called	tinawag
camera	kamera
camping	nagkakampo, kamping
can opener	abrelata
cancel	kansela, di natuloy
candle	kandila
candy	kendi
car	kotse, awto, sasakyan
car documents	kasulatan ng kotse
car seat (child's)	upuang pambata
car trouble	sira ng kotse
cardigan	dyaket na nited
careful	maingat
carpet	alpombra, karpet
carriage	sasakyan, bagon
carrot	karot
cartridge	kartutso
cash	kas, pera
cash card	kas kard
cash machine	makina ng pera
casino	kasino, sugalan
cassette	kaset
cat	pusa
catalogue	katalogo, listahan
cauliflower	koliplor
cause	dahilan
cave	kuweba, yunggib
CD	CD
CD-ROM	CD-ROM
celebrate	magsaya
cemetery	sementeryo, libingan
centimeter	sentimetro
center (middle)	sa gitna
center (of city)	kabayanan
central locking	sentral laking
certificate	sertipiko
chair	upuan
chambermaid	kamarera
champagne	tsampan
change (money)	magpalit ng pera
change (trains)	magpalit ng tren
change, swap	magpalit

change the baby's diaper	palitan ang lampin
change the oil	palitan ang langis
charter flight	arkeladong biyahe
chat	pag-uusap
check (verb)	suriin, tingnan
check, bill	kuwenta
check in	ipinasok
check out	inilabas
checked luggage	ipinalistag bagahe
cheers!	magalak!, matuwa!, magsaya!
cheese	keso
chef	kusinero/a
chess	ahedres
chewing gum	tseklet
chicken	manok
child	bata
child's seat (in car)	upuan ng bata sa kotse
chilled	pinalamig
chin	baba
chocolate	tsokolate
choose	pumili
chopstick	tsapstik
church	simbahan
church service	misa sa simbahan
cigar	tabako
cigarette	sigarilyo
circle	bilog, paikot
circus	sirko
citizen	mamamayan
city	lungsod, siyudad
clean	malinis
clean (verb)	maglinis
clearance (sale)	baratilyo, subasta
clock	orasan
closed	sarado
closed off (road)	sinarahang kalye
clothes	mga damit
clothes hanger	hanger ng damit
clothes dryer	pantuyo ng damit
clothing	damit
clutch (car)	klats
coat (jacket)	amerikana
coat (overcoat)	gaban, oberkot
cockroach	ipis
cocoa	kakaw, sikulate
coffee	kape
cold (not hot)	malamig
cold, flu	trangkaso
collar	kuwelyo
collarbone	balagat
colleague	katrabaho
collision	banggaan
cologne	kolon, kolonya
color	kulay
colored	kinulayan, may kulay
comb	suklay

Word list

15

119

come	pagdating
come back	pagbalik
compartment	kuwarto, silid
complaint	reklamo
completely	lubos na lubos
compliment	papuri
computer	kompyuter
concert	konsiyerto
concert hall	bulwagang pangkonsiyerto
concierge	konsyars
concussion	pagkaalog, pagkayanig
condensed milk	gatas kondensada
condom	kondom
confectionery	matamis, minatamis
congratulations!	pagbati!
connection (transport)	karugtong na biyahe
constipation	natitibi, hindi pagdumi
consulate	konsulado
consultation (by doctor)	pagpatingin sa doktor
contact lens	kontak lens
contagious	nakahahawa
contraceptive	pampigil sa pagbubuntis
contraceptive pill	pildoras pampigil sa pagbubuntis
cook (person)	kusinero
cook (verb)	magluto
cookie	galyetas, biskwit
copper	tanso, baryang tanso
copy	kopya
corkscrew	tribuson
corner	sulok, kanto
cornflower	harinang mais
correct	tama, totoo
correspond	sumulat, makipag-usap
corridor	pasilyo, koridor
cosmetics	kosmetiko
costume	damit, kasuotan
cot	teheras
cotton	bulak
cotton wool	bulak at lana
cough	ubo
cough (verb)	umubo
cough syrup	gamot sa ubo
counter	kawnter
country (nation)	bansa
country (rural area)	kanayunan
country code	kod ng bansa
courgette	sukini
course of treatment	panahon ng paggamot
cousin	pinsan
crab	alimasag, alimango
cracker	biskwit
cream	krema
credit card	kredit kard
crime	krimen
crockery	lutuan
cross (road, river)	tumawid
crossroad	sangandaan

crutch	saklay, muleta
cry	iyak
cubic meter	lalim at lapad, metro kubiko
cucumber	pipino
cuddly toy	kandunging laruan
cuff	lupi, punyos
cufflinks	himelo
cup	tasa
curly	kulot
current (electric)	kuryente
curtains	kurtina
cushion	almohadon, pananggalang
custom	ugali, kaugalian
customs	bayad sa adwana
cut (injury)	sugat
cut (verb)	sugatan
cutlery	kubyertos
cycling	pagbisekleta

D

dairy products	produktong gatas
damage	pinsala, kapinsalaan
dance	sayaw
dandruff	balakubak
danger	peligro, panganib
dangerous	peligroso, mapanganib
dark	madilim
date	petsa
date of birth	araw ng kapanganakan
daughter	anak na babae
day	araw
day after tomorrow	kasunod bukas
day before yesterday	kamakalawa
dead	patay
deaf	bingi
decaffeinated	dekapinado, walang kapeyna
December	Disyembre
declare (customs)	magdeklara
deep	malalim
deep freeze	preserbahin sa lamig
deep-sea diving	pagsisid sa malalim na dagat
defecate	tumae
degrees	grado, antas, digri
delay	maantala
delicious	napakasarap
dentist	dentista
dentures	pustiso
deodorant	pamawing-amoy, deodorant
department store	malaking tindahan, almasen
departure	pag-alis, paglisan
departure time	oras ng pag-alis
depilatory cream	kremang pang-alis ng buhok
deposit (in bank)	deposito sa bangko
deposit (for safekeeping)	patago
desert	disyerto, ilang na pook

dessert	panghimagas
destination	patunguhan, destinasyon
detergent	panlinis
develop (photo)	magdebelop
diabetic	diyabetik, may diyabetis
dial	magdayal, dayal
diamond	diyamante, brilyante
diaper	lampin
diarrhea	pagtatae
dictionary	diksyunaryo, talasalitaan
diesel oil	langis disel
diet	pagkain sa araw-araw
difficulty	paghihirap
dining car	bagon na kainan
dining room	silid kainan
dinner	hapunan
direct flight	tuwirang paglipad
direction	direksiyon
directly	tuwiran
dirty	marumi
disabled	baldado
disco	disko
discount	diskwento, bawas sa presyo
dish	pagkain
dish of the day	putahe ng araw
disinfectant	pamatay-mikrobyo
distance	layo, agwat
distilled water	distiladong tubig, dinalisay na tubig
disturb	istorbo, gambala
disturbance	kaguluhan, gulo
dive	sisid, dayb
diving	pagsisid, pagdayb
diving board	daybing bord
diving gear	gamit pagsisid
divorced	diborsiyado/a, hiwalay
dizzy	pagkahilo
do	gumawa, gawin
do not disturb	huwag istorbuhin
do-it-yourself store	tindahan ng sariling pamimili
doctor	doktor
dog	aso
doll	manyika
domestic	pambahay
done (cooked)	lutong-luto
door	pinto
double	doble, dalawa
down	ibaba
drapes	kurtina
draught	ihip ng hangin
dream (verb)	mangarap
dress	damit pambabae
dressing	gown bata
dressing table	mesang may salamin, tokador
drink (alcoholic)	alak na inumin
drink (refreshment)	inuming pampalamig
drink (verb)	uminom
drinking water	inuming tubig

drive	pagdadrayb, pagmamaneho
driver	drayber, tagapagmaneho
driver's license	lisensiya sa pagmamaneho
drugstore	botika
drunk	lasing
dry	tuyo
dry (verb)	tuyuin
dry-clean	laba sa kemikal
dry-cleaners	tagapaglaba sa kemikal
duck	itik, pato, bibi
during	habang, noong panahon ng
during the day	sa buong araw
duty (tax)	buwis
duty-free goods	walang buwis na paninda
duty-free shop	tindahang walang buwis ang paninda
DVD	DVD

E

ear	tainga
ear drops	gamot sa tainga
earache	pananakit ng tainga
early	maaga, una simula
earrings	hikaw
earth	lupa
earthenware	gawa sa lupa, pinalayok
east	silangan
easy	madali
eat	kumain
economy class	klaseng ekonomi
eczema	eksema
eel	palos, balila
egg	itlog
eggplant	talong
electric	elektrika, de-kuryente
electricity	kuryente, elektrisiti
electronic	elektronik
elephant	elepante
elevator	elebeytor
email	emeyl
embassy	embahada, pasuguan
embroidery	pagboborda
emergency brake	prenong pangkagipitan
emergency exit	labasang pangkagipitan
emergency phone	teleponong pangkagipitan
emery board	emeyri bord
emperor	emperador
empress	emperatris
empty	basyo, walang laman
engaged (on the phone)	nasa telepono
engaged (to be married)	ikakasal
England	England
English	Ingles
enjoy	magsaya
enquire	magtanong
envelope	sobre

escalator	eskeleytor, eskalador, hagdang gumagalaw
escort	eskorte, alalay
essential	kailangan
evening	gabi
evening wear	damit panggabi
event	pangyayari
everything	lahat
everywhere	sa lahat ng dako
examine	eksamen, pagsusulit
excavation	paghuhukay
excellent	napakahusay, napakagaling
exchange	palitan
exchange office	tanggapan sa palitan
excursion	ekskursiyon
exhibition	eksibisyon, displey
exit	labasan
expenses	mga gastos
expensive	mahal
explain	ipaliwanag
express	ekspres, madalian
external	panlabas
eye	mata
eye drops	gamot sa mata
eye specialist	espesyalista sa mata

F

fabric	tela
face	mukha
factory	pagawaan
fall (season)	taglagas
fall (verb)	bumagsak
family	pamilya
famous	kilalang-kilala, sikat
fan	tagahanga
far away	malayong-malayo
farm	bukid, taniman
farmer	mambubukid, magtatanim
fashion	nauuso, pamamaraan
fast	mabilis, madali
father	ama
father-in-law	biyenang lalaki
fault	kasalanan, pintas, depekto
fax	paksimile
February	Pebrero
feel	hawakan, hipuin
feel like	nais kong
fence	bakod
ferry	tawiran sa ilog, bantilan
fever	lagnat
fiancé	nobyo
fiancée	nobya
fill	punuin, lagyan
fill out (form)	punuan, sagutan
filling (dental)	tambak sa butas, pasta
filling (in food)	palaman
film (cinema)	pelikula

Word list

15

124

film (photo)	pilm
filter	salaan, pansala
filter cigarette	may pansalang sigarilyo
fine (good)	mabuti
fine (money)	multa
finger	daliri
fire	apoy, sunog
fire alarm	hudyat ng apoy, alarma sa sunog
fire department	kagawaran sa sunog
fire escape	takasan sa sunog
fire extinguisher	pamatay sunog
first	una
first aid	pangunang lunas
first class	primera klase
fish	isda
fish (verb)	mangisda
fishing rod	pamingwit
fitness club	klab pangkalusugan
fitness training	pagsasanay pangkalusugan, ehersisyo pangkalusugan
fitting room	silid sukatan
fix (puncture)	ayusin, aregluhin, tapalan
flag	bandila, watawat
flash (camera)	ilaw ng kamera
flashlight	lente
flatulence	kabag
flavor	lasa
flavoring	pampalasa
flea	pulgas
flea market	flea market
flight	paglipad, lipad, pagtakas
flight number	numero sa paglipad
flood	baha
floor	sahig
flour	harina, arina
flu	trangkaso
flush	magbomba, bombahin
fly (insect)	langaw
fly (verb)	lumipad
fog	ulap
foggy	malabo, maulap
folklore	poklor, kaalamang-bayan
follow	sumunod, tumalima
food (groceries)	pagkain, groserya
food (meal)	agahan, tanghalian, hapunan
food court	pook kainan, karihan
food poisoning	nalason sa pagkain
foot	paa
foot brake	pampaang preno
forbidden	ipinagbabawal
forehead	noo
foreign	banyaga, dayuhan
forget	makalimot, limot
fork	tinidor
form	porma, pormularyo
formal dress	damit na pormal
forward (letter)	ipadala

fountain	paunten, bukal
frame	kuwadro, balangkas
free (no charge)	walang bayad, libre
free (unoccupied)	bacante, walang nakatira
free time	libreng oras
freeze	ilado, malamig
french fries	pritong patatas, prens prays
fresh	presko, sariwa
Friday	Biyernes
fried	pinirito, prito
friend	kaibigan, amigo/a
friendly	palakaibigan
frightened	takot, natatakot
fringe (hair)	nakalugay, nakalawit, nakaluyloy
frozen	nagyelo, ilado
fruit	prutas, bungang kahoy
fruit juice	katas ng prutas
frying pan	kawaling prituhan
full	puno, busog
fun	kasayahan, masaya
funeral	libing, paglilibing

G

gallery	galeriya
game	laro, paglalaro
garage (car repair)	garahe, talyer
garbage	basura
garden	hardin, halamanan
garlic	bawang
garment	damit
gas (for heating)	gaas, gas
gas station	estasyon ng gasolina
gasoline	gasolina, petrolyo
gate	tarangkahan, labasan, pintuan
gear (car)	kambiyo
gem	hiyas, mamahaling bato
gender	kasarian
get off	bumaba, umibis
get on	sumakay
gift	regalo, handog, kakayahan
ginger	luya
girl	batang babae
girlfriend	kasintahang babae
given name	pangalan
glass (for drinking)	baso
glass (material)	salamin
glasses	salamin sa mata
gliding	pagsalimbay
glossy (photo)	makintab
gloves	guwantes
glue	kula, pandikit
gnat	niknik
go	lumakad, umalis, maglakbay
go back	umurong, bawiin
go out	lumabas, mapundi
gold	ginto

golf	golp
golf course	laruan ng golp
good afternoon	magandang hapon
good evening	magandang gabi
good morning	magandang umaga
good night	magandang gabi
goodbye	hanggang sa muli, paalam
goose	gansa
gram	gramo
grandchild	apo
granddaughter	apong babae
grandfather	lolo
grandmother	lola
grandparent	lolo at lola
grandson	apong lalaki
grape juice	katas ng ubas
grapes	ubas
grave	malubha, malala, puntod
gray	kulay-abo, abuhin
gray-haired	ubanin, maputing buhok
graze (injury)	nadaplisan
greasy	magrasa
green	lunti, berde
greengrocer	maggugulay at magpuprutas
greeting	pagbati, pagsalubong
grilled	inihaw
grocer	may-ari ng groserya
groceries	mga paninda
ground up	umunlad, sumulong
group	grupo, pangkat
guest house	bahay pambisita
guide (book)	patnubay, giya
guide (person)	giya, taga-akay, tagapatnubay
guided tour	may giyang pamamasyal
guilty	may sala, may kasalanan
gym	dyim, himnasyo
gynecologist	hinekologo

H

hair	buhok, balahibo
hairbrush	suklay sa buhok, heyrbras
haircut	gupit ng buhok, magpagupit
hairdresser	mangungulot, tagapagkulot, tagapag-ayos ng buhok
hairdryer	pantuyo ng buhok
hairspray	hersprey, pangwisik ng buhok
hairstyle	istilo ng buhok
half	kalahati, medya
half full	kalahati ang laman
hammer	martilyo
hand	kamay
hand brake	kambiyo sa kamay
hand luggage	bagaheng bitbit
hand towel	tuwalyang pangkamay
handbag	hanbag, pitaka, kalupi
handkerchief	panyo, panyolito

handmade	gawa sa kamay
happy	masaya, nasisiyahan
harbor	kanlungan ng bapor, pantalan
hard (difficult)	mahirap
hard (firm)	matigas
hardware store	tindahan ng kagamitang metal, tindahan ng kasangkapang metal
hat	sumbrero
hay fever	sipong may lagnat
head	ulo
headache	sakit ng ulo
headlights	hedlayt, ilaw sa harapan
health food shop	tindahan ng pagkaing masustansiya, tindahan ng pagkaing pangkalusugan
healthy	malusog
hear	pakinig, makinig
hearing aid	tulong sa pandinig
heart	puso
heart attack	atake sa puso
heat	init, alab
heater	pampainit
heavy	mabigat
heel (of foot)	sakong
heel (of shoe)	takong
hello	helo, halo, hoy
help	tulong
helping (of food)	pagkain
hem	tupi, lupi, laylayan
herbal tea	tsaang herbal
herbs	herbs, damo
here	dito, narito
high	mataas
high chair	silyang may sandalan
high tide	paglaki ng tubig
highway	haywey, lansangang-bayan
hiking	mahabang paglalakbay, hayking
hiking boots	panghayking na sapatos, sapatos sa paglalakbay
hip	balakang
hire	umupa, arkila
hitchhike	makisakay
hobby	libangan
holdup	holdap, panghaharang
holiday (festival)	piyesta, pista
holiday (public)	walang pasok
holiday (vacation)	bakasyon, pamamahinga
homesick	sabik sa pag-uwi
honest	tapat, matapat
honey	pulut-pukyutan, hani
horizontal	pahalang, pahiga
horrible	kakila-kilabot
horse	kabayo
hospital	ospital
hospitality	mabuting pagtanggap
hot (bitter, sharp)	maanghang, mapait
hot (warm)	mainit
hot spring	mainit na bukal

hot-water bottle	boteng pangmainit na tubig
hotel	otel
hour	oras
house	bahay
houses of parliament	parlamento
how?	papaano?
how far?	gaano kalayo? malayo ba?
how long?	gaano katagal? matagal ba?
how many?	ilan?, gaano karami?
how much?	magkano?, ano ang presyo?
hundred grams	isang daang gramo
hungry	gutom
hurry	nagmamadali, magmadali
husband	asawang lalaki
hut	kubo, barung-barong

I

ice cream	sorbestes, ayskrim
ice cubes	yelong kubiko
ice-skating	iskeyting sa yelo
iced	may yelo, ilado
idea	ideya
identification (card)	ID, kard pagkakakilanlan, identipikasyon kard
identify	kilalanin, tukuyin
ignition key	susi sa ignisyon
ill	maysakit, may karamdaman
illness	sakit, karamdaman
imagine	ilarawan sa sarili, gunigunihin
immediately	kagyat, dali-dali
import duty	buwis sa pag-angkat
important	mahalaga, importante
impossible	imposible, hindi maaari
improve	pagbutihin, ayusin
in	nasa
in the evening	sa gabi
in the morning	sa umaga
in-laws	partido ng asawa
included	kasama, kalahok, kabilang
including	pagkakasama, pagkakalahok
indicate	magturo, magtukoy
indicator (car)	indikador ng kotse, indiykator
indigestion	hindi natunawan, impatso, indihestiyon
inexpensive	hindi mahal, mura
infection	impeksiyon
infectious	nakahahawa
inflammation	pamamaga
information	impormasyon
information office	tanggapan/opisina pangimpormasyon
injection	iniksiyon, pagturok
injured	nasaktan, napinsala, nasugatan
inner tube	panloob na tubo
innocent	inosente, walang-sala
insect	insekto, kulisap
insect bite	kagat ng kulisap, kagat ng insekto
insect repellent	panlaban sa insekto

inside	sa loob
instructions	tagubilin, instruksyon
insurance	seguro
intermission	intermisyon, saglit na pagtigil
internal	internal, panloob
international	internasyonal, pandaigdig
Internet café	Internet Kafe
interpreter	tagapagpaliwanag
intersection	interseksiyon, krosing, salikupan
introduce oneself	pagpapakilala sa sarili
invite	mag-imbita, mag-anyaya
invoice	resibo, inboys
iodine	yodo, ayodin
Ireland	Irelanda
iron (for clothes)	plantsa
iron (metal)	yero, ayorn, bakal, metal
iron (verb)	magplantsa
ironing board	plantsahan
island	isla, pulo
itch	kati, nangangati

J

jack (for car)	dyak, kalso
jacket	dyaket, tsaketa
jackfruit	langka
jam	dyam, halaya, magbara
January	Enero
jaw	panga
jeans	dyins, pantalon
jellyfish	dikya
jeweler	alahero, platero, mag-aalahas
jewelry	alahas
job	trabaho, hanapbuhay
jog	yagyag, pagkalog
joke	biro, biruin
journey	paglalakbay
juice	katas
July	Hulyo
June	Hunyo

K

kerosene	gas, gaas
key	susi
kidney	bato
kilogram	kilogramo
king	hari
kiss	halik
kiss (verb)	halikan
kitchen	kusina, lutuan
knee	tuhod
knife	kutsilyo
knit	niting, gantsilyo
know	malaman, mabatid

L

lace (fabric)	puntas, leys
laces (for shoes)	tali ng sapatos
ladder	hagdan
lake	lawa
lamb	batang tupa, kordero
lamp	ilawan, lampara
land (ground)	lupain, lupa
land (verb)	bumaba, pagbaba
lane (of traffic)	kalyehon, eskinita
language	wika, lengguwahe
large	malaki
last (endure)	tumagal
last (final)	hulihan, katapusan
last night	kagabi
late	nahuli, nantala, namatay
later	mamaya, sa huli na
laugh	tawa, tumawa, pagtawa
launderette	londri, palabahan
laundry soap	sabon panlaba
law	batas
lawyer	abogado, solisitor, mananangggol
laxative	purga, laksante
leak	tulo, nabunya
leather	katad, balat
leather goods	gawa sa katad, gawa sa balat
leave	umalis, pag-alis
left	kaliwa
left behind	naiwan
leg	binti
leggings	pulinas
leisure	pahinga, malayang oras
lemon	lemon, dayap
lend	magpahiram, hiram
lens (camera)	lente ng kamera
less	kulang, kaunti, mas maliit
lesson	aralin
letter	sulat, letra, liham
lettuce	litsugas
level crossing	paso nibel
library	aklatan, librereya
license	lisensiya, permiso
lie (be lying)	magsinungaling, sinungaling
lie (falsehood)	hindi totoo, walang katotohanan
lie down	nakahiga
lift (elevator)	elebeytor
lift (in car)	makisakay
light (lamp)	ilaw, lampara
light (not dark)	maliwanag
light (not heavy)	magaan
light bulb	ilaw dagitab, bombilya
lighter	layter, pansindi, panindi
lightning	kidlat
like (verb)	magkagusto, maibigan
line	linya, guhit
linen	linen, telang de ilo
lining	aporo

Word list

15

131

liqueur	alak na gawa sa prutas
liquor store	tindahan ng alak
listen	makinig, pakinggan
liter	litro
literature	literatura, panitikan
little (amount)	kaunti, maliit na halaga
little (small)	maliit
live (alive)	buhay
live (verb)	mabuhay, mamuhay
liver	atay
lobster	ulang
local	lokal
lock	pansara, kandado
long	mahaba
long-distance call	malayong tawag
look at	tingnan, pagmasdan
look for	hanapin ang, tingnan ang
look up	tingnan sa, hanapin sa
lose	matalo
loss	kalugihan, nalugi
lost (can't find way)	hindi makita, hindi mahanap
lost (missing)	nawala, nawawala
lost and found office	tanggapan ng nawala at nakita
lotion	losyon
loud	malakas, maingay
love	pag-ibig, amor, pagmamahal
love (verb)	ibigin, mahalin
low	mababa
low tide	kati, pagkati ng tubig
LPG	LPG
luck	suwerte, may kapalaran
luggage	bagahe, maleta
luggage locker	lalagyan ng bagahe
lumps (sugar)	tipak, umbok
lunch	pananghalian, tanghalian
lungs	baga

M

madam	madam, Bb. Gng
magazine	magasin, rebista
mail (letters)	koreo, sulat
mail (verb)	maghulog ng sulat, magpadala ng sulat
main post office	pangunahing tanggapan ng koreo, tanggapang sentral ng koreo
main road	pangunahing kalye, malaking kalye
make, create	gumawa, gawin
make an appointment	makipagtipan, makipagkita
make love	magseks, makipagtalik
makeshift	pansamantala
makeup	gawa-gawa, mek ap
man	tao, lalaki
manager	manedyer, tagapamahala
mango	mangga
manicure	manikyur
many	marami
map	mapa

marble	marmol
March	Marso
margarine	margarina, mantikilya
marina	marina, pantalan, daungan
marital status	katayuang pangkasal
market	merkado, palengke
married	kasal
mass	misa, mga tao
massage	masahe
mat (on floor)	banig, higaan
mat (on table)	mantel, sapin sa mesa
match	katumbas, katugma, posporo
matches	paglalaban
matte (photo)	hindi makintab
May	Mayo
maybe	sana, maaari, baka
mayonnaise	mayonesa
mayor	alkalde, mayor
meal	pagkain
mean	ibig sabihin
measure	sukat, timbang
measure out	sukatin, timbangin
measuring jug	pansukat na pitsel
meat	karne
medication	gamot, paggagamot
medicine	medisina, gamot
meet	pakikipagkita, pakikipagtagpo
melon	milon
member	miyembro, kasapi
member of parliament	miyembro ng parlamento
membership card	card kard pagkakasapi
mend	sulsi, kumpuni
menstruate	magregla, pagreregla
menstruation	regla
menu	menu, talaan ng putahe
message	mensahe
metal	metal
meter (in taxi)	metro ng taksi
meter (measure)	metro
migraine	matinding sakit ng ulo
mild (taste)	kainaman, katamtaman
milk	gatas
millimeter	milimetro
mineral water	tubig na mineral
minute	minuto, sandali, saglit
mirror	salamin
miss (flight, train)	nahuli
miss (loved one)	masabik
missing	nawawala, nananabik
missing person	nawawalang tao
mist	manipis na ulap
misty	maulap, malabo
mistake	kamalian
mistaken	nagkakamali
misunderstanding	hindi pagkakaunawaan
mixed	magkahalo, pinaghalo
modern art	modernong sining, makabagong sining

moment	saglit, sandali
monastery	monasteryo
Monday	Lunes
money	pera, kuwalta
monkey	tsunggo, matsing
month (calendar)	buwan
moon	buwan
moped	nilampaso
mosquito	lamok
mosquito net	kulambo, muskitero
motel	motel
mother	ina
mother-in-law	biyenang babae
motorbike	motorsiklo
motorboat	bangkang de motor
mountain	bundok
mountain hut	kubo sa bundok
mouse	daga
mouth	bibig
MSG	MSG
much	marami, malaki
mud	putik
muscle	kalamnan
muscle spasms	pulikat ng kalamnan
museum	museo
mushrooms	kabuti
music	musika, tugtugin

N

nail (finger)	kuko
nail (metal)	pako
nail file	kikil ng kuko
nail scissors	gunting sa kuko
naked	hubo't hubad
nappy, diaper	lampin
nationality	pagkamamamayan, nasyonalidad
natural	natural, likas
nature	kalikasan
nauseous	naduduwal, nahihilo
near	malapit
nearby	kanugnog
necessary	kailangan
neck	leeg
necklace	kuwintas
necktie	kurbata
needle	karayom
negative (photo)	negatibo
neighbor	kapitbahay
nephew	pamangking lalaki
never	hindi kailanman
new	bago
news	balita
news stand	tindahan ng diyaryo
newspaper	pahayagan, peryodiko
next	kasunod
next to	kasunod ng

Word list

15

nice (person)	nakalulugod na tao
nice (pleasant)	maaliwalas, kaaya-aya
niece	pamangking babae
night	gabi, evening
night duty	panggabi
nightclothes	pantulog
nightclub	naitklab, naytklab
nightdress	damit pantulog
nipple (bottle)	mamador
no	hindi
no-one	walang sinuman
no entry	bawal pumasok, walang pasukan
no thank you	hindi, salamat
noise	ingay
nonstop (flight)	walang tigil na biyahe
noodles	pansit
normal	normal, karaniwan
north	hilaga
nose	ilong
nose drops	gamot sa ilong
nosebleed	balinguyngoy
notebook	notbuk, kuwaderno
notepaper	papel sulatan
nothing	walang anuman, hindi mahalaga
November	Nobyembre
nowhere	walang patunguhan
number	numero
number plate	numero ng plaka
nurse	nars
nuts	mani

O

occupation	hanapbuhay, trabaho
October	Oktubre
off (gone bad)	nasira
off (turned off)	pinatay (ilaw)
offer	alok
office	tanggapan
oil	langis
oil level	linya ng langis
ointment	oynment, pamahid
okay	okey lang
old	matanda
on (turned on)	sa
on, at	sa
on board	nakasakay
on the left	sa kaliwa
on the right	sa kanan
on the way	parating, darating na
oncoming car	pasalubong na kotse
one-way ticket	isang patunguhang tiket
one-way traffic	isahang trapiko
onion	sibuyas
open	bukas
open (verb)	magbukas
operate (surgeon)	mag-opera, magtistis

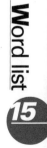

Word list

15

operator (telephone)	opereytor, tagasagot ng telepono
opposite	katapat, kaharap
optician	optisiyan, optiko
orange (color)	kulay-kahel
orange (fruit)	dalandan, kahel
order	utos, kautusan
order (verb)	mag-utos, ipag-utos
other	iba
other side	kabilang gilid
outside	labas
over there	doon sa
overpass	oberpas
overseas	sa ibang bansa
overtake	lampasan
oyster	talaba

P

packed lunch	baong pananghalian
page	pahina
pain	sakit, masakit
painkiller	pamatay ng sakit
paint	pintura
painting (art painting)	pinta
pajamas	pantulog, padyama
palace	palasyo
pan	kawali, paggalaw ng kamera
pane	salamin ng bintana
panties	mga panti, mga salawal
pants	pantalon
pantyhose	pantihos
papaya (tree and fruit)	papaya
paper	papel
paraffin oil	parapina, gaas
parasol	payong
parcel	pakete, balutan
pardon	patawad
parents	mga magulang
park (verb)	gumarahe, magpark
park, gardens	hardin, liwasan
parking garage	garahehan
parking space	paradahan
part (car-)	piyesa
partner	partner, kasama, kabakas
party	pagtitipon, parti, kasayahan
passable (road)	madadaanan
passenger	pasahero
passionfruit	prutas pasyonaryo
passport	pasaporte
passport photo	retrato pampasaporte
patient	pasyente, matiyaga
pay	bayad, sahod, suweldo
pay the bill	magbayad ng utang
peach	pitses
peanut	mani
pear	peras
pearl	perlas

peas	gisantes
pedal	pidal
pedestrian crossing	tawiran ng tao
pedicure	pedikyur
pen	pluma, panulat
pencil	lapis
penknife	korta pluma
penis	titi, utin, ari ng lalaki
people	tao, mga tao
pepper (black)	paminta
pepper (chilli)	sili
performance	pagganap
perfume	pabango
perhaps	marahil, malamang
period (menstrual)	may regla
permit	permiso, pahintulot
person	tao
personal	personal, pansarili
pet	alagang hayop
petrol	gasolina
petrol station	estasyon ng gasolina
pharmacy	parmasya, botika
phone	telepono
phone (verb)	magtelepono, tumawag sa telepono
phone booth	silid ng telepono
phone card	kard ng telepono
phone directory	direktoryo ng telepono
phone number	numero ng telepono
photo	retrato, larawan
photocopier	makinang pangkopya
photocopy	larawang sipi
photocopy (verb)	gumawa ng larawang sipi
phrasebook	aklat parirala
pick up (come to)	sunduin
picnic	piknik
pill (contraceptive)	pil para di-mabuntis
pillow	unan
pillowcase	punda ng unan
pills, tablets	tableta, pildoras
pin	aspili
pineapple	pinya
pipe (plumbing)	tubo
pipe (smoking)	pipa, kuwako
pity	awa, habag
place of interest	gustong lugar
plain (not flavored)	walang lasa
plain (simple)	simple, payak
plan (intention)	balake
plan (map)	mapa
plane	roplano
plant	tanim
plaster cast	moldeng plaster
plastic	plastik
plastic bag	supot na plastik, bag na plastik
plate	plato
platform	plataporma, entablado
play (drama)	dula

play (verb)	maglaro
play golf	maglaro ng golp
play sports	maglaro ng isport
play tennis	maglaro ng tenis
playground	palaruan
playing cards	baraha
pleasant	nakalulugod, kalugod-lugod
please	maaari ba?, sana, kung
pleasure	kaluguran, kagalakan
plug (electric)	plag ng kuryente
plum	sirwelas
pocket	bulsa
pocketknife	kortapluma
point out	ipakita
poisonous	nakakalason
police	pulis
police officer	pinunong pulis
police station	estasyon ng pulis
pond	lanaw, lawa
pony	buriko
population	populasyon, mga tao
pork	karneng baboy
port	puwerto, daungan, kuta
porter (concierge)	tagatanggap ng bisita
porter (for bags)	kargador, pahinante
possible	maaari
post (verb)	magpadala ng sulat, maghulog ng sulat
post office	tanggapan ng koreo
postage	selyo
postbox	buson
postcard	postkard, tarheta postal
postcode	postkod
postpone	ipagpaliban, magpaliban
potato	patatas
potato chips	pitsa, malutong na patatas
poultry	poltri, manukan
powdered milk	pulbos na gatas
power outlet	saksakan ng kuryente
prawn	sugpo, hipon
precious metal	mahalagang metal
precious stone	mahalagang bato
prefer	mas gusto, mas pipiliin
preference	pagkiling, pagtatangi
pregnant	buntis
prescription	reseta, preskripsiyon
present (gift)	regalo
present (here)	nandito, narito
press	diin, diinan
pressure	pamimilit
price	presyo, halaga
price list	listahan ng presyo
print (picture)	retrato
print (verb)	maglimbag
probably	marahil, baka
problem	problema, suliranin
profession	propesyon, karera, trabaho
profit	tubo, kita

program	programa
pronounce	hatol, binigkas
propane	walang kulay na gaas
pudding	puding
pull	hilahin, batakin, kabigin
pull a muscle	batakin ang kalamnan
pulse	pulso
pure	puro, dalisay
purify	dalisayin, maglinis
purple	biyoleta, murado
purse (for money)	pitaka, kortamoneda
purse (handbag)	bag
push	itulak
puzzle	palaisipan
pyjamas	padyama, damit pantulog

Q

quarter	tirahan, ikaapat na bahagi
quarter of an hour	ikaapat na bahagi ng oras
queen	reyna
question	tanong
quick	mabilis, maliksi
quiet	tahimik, walang imik

R

radio	radyo
railroad, railway	relis, perokaril
rain	ulan
rain (verb)	uulan
raincoat	kapote
rape	gahasa, ginahasa
rapids	malakas na agos
rash	pangahas, mapusok
rat	daga
raw	di-luto, hilaw
razor blade	labaha, pang-ahit
read	magbasa
ready	handa
really	siyanga, talaga, totoo
reason	dahilan, sanhi, layon
receipt	resibo
reception desk	pupitre, misita pambisita
recipe	resipi, putahe
reclining chair	upuang nakahilig
recommend	rekomenda, tagubilin
rectangle	rektanggular, parihaba
red	pula
red wine	pulang alak
reduction	pagbabawas
refrigerator	repridyeretor, palamigan
refund	pagbalik ng pera
regards	pagbati, pangungumusta
region	rehiyon
registered	rehistrado
relatives	mga pinsan, kamag-anak

reliable	maasahan, mapagkakatiwalaan
religion	relihiyon, paniniwala
rent out	pinauupahan, pinarerentahan
repair	magkumpuni, iwasto
repairs	kumpunihin
repeat	ulit, ultin
report (police)	ulat ng pulis
reserve	ibukod, reserba
responsible	responsable, mananagot
rest	pahinga
restaurant	restoran
restroom	silid pahingahan
result	resulta
retired	retirado, namahinga
return ticket	balikang tiket
reverse (car)	umurong, pag-urong
rheumatism	rayuma
ribbon	laso, ribon
rice (cooked)	kanin
rice (grain)	bigas
ridiculous	katawa-tawa
riding (horseback)	pangangabayo
right (correct)	tama, wasto, tumpak
right (side)	kanang tabi
right of way	karapatan sa daan
rinse	banlaw, hugasan
ripe	hinog
risk	peligro, panganib
river	ilog
road	kalye, lansangan
roadway	daan
roasted	inihaw
rock (stone)	malaking bato
roll (bread)	tinapay
roof	bubong
roof rack	panghawak ng bubong
room	kuwarto, silid
room number	numero ng silid
room service	serbisyo sa silid
rope	lubid
route	ruta, daan
rowing boat	may gaod na sasakyan
rubber	goma
rude	bastos, walang galang
ruins	wasak, nasira
run	takbo
running shoes	sapatos pantakbo

s

sad	lungkot
safe	ligtas
safe (for cash)	kaha, kahang bakal
safety pin	imperdible
sail (verb)	maglayag
sailing boat	bangkang panlayag
salad	salad

sale	baratilyo
sales clerk	tindero/a
salt	asin
same	pareho, katulad
sandals	sandalyas
sandy beach	buhanginan
sanitary towel	malinis na tuwalya
satisfied	nasisiyahan
Saturday	Sabado
sauce	sarsa, sawsawan
saucepan	kaserola
sauna	sawna
say	sabi, turing, salita
scald (injury)	nabanlian
scales	timbangan
scarf (headscarf)	bandana
scarf (muffler)	bupanda, mapler, pambalabal
scenic walk	pamamasyal sa magandang tanawin
school	paaralan, eskwelahan
scissors	gunting
Scotland	Eskosiya
screw	turnilyo
screwdriver	disturnilyador, iskrudrayber
scuba diving	iskuba daybing
sculpture	paglililok, eskultura
sea	dagat
seasick	lula, hilo
seat	upuan
second (in line)	pangalawa
second (instant)	segundo
second-hand	segunda-mano, gamit na
sedative	gamot pampakalma
see	tumingin
send	magpadala
sentence	pangungusap
sentence (jail)	sentensiya, hatol
separate	hiwalay
September	Setyembre
serious	seryoso, malubha, maselan
service	serbisyo, paglilinkod
service station	gasolinahan, pagawaan
serviette	serbilyeta
sesame oil	langis sesame
sesame seeds	buto ng sesame
set	itakda, ilagay, ilapat
sew	manahi, tahiin
shade	lilim
shallow	mababaw
shame	hiya
shampoo	siyampu
shark	pating
shave	mag-ahit, ahitin
shaver	pang-ahit
shaving cream	kremang pang-ahit
sheet	kumot
shirt	kamisadentro
shoe	sapatos

Word list

15

shoe polish	pampakintab ng sapatos
shop (verb)	bumili, mamili
shop, store	tindahan
shop assistant	katulong sa tindahan
shopping center	sentrong pamilihan
shop window	bintanang salamin ng tindahan
short	maikli, mababa
short circuit	pagtigil ng kuryente, maikling sirkwit
shorts (short trousers)	korto
shorts (underpants)	kalsonsilyo
shoulder	balikat
show	palabas, pagtatanghal
shower	paliligo sa dutsa, syawer
shrimp	hipon
shutter (camera)	pindutan
shutter (on window)	persiyana, pantakip ng bintana
sieve	salain, bistayin
sightseeing	pagliliwaliw, paglilibot sa mga tanawin
sign (road)	karatula
sign (verb)	pumirma, markahan
signature	pirma, lagda
silence	katahimikan
silk	sutla, seda
silver	plata, pilak
simple	simple, payak, madali
single (only one)	nag-iisa, nagsosolo
single (unmarried)	walang asawa
single ticket	tiket para sa isa
sir	mahal na ginoo, G.
sister	kapatid na babae
sit (be sitting)	uupo
sit down	maupo
size	laki, dami, tamanyo
skiing	pag-iski
skin	balat, katad
skirt	palda
sleep	tulog
sleeping car	tulugang bagon, tulugang kotse
sleeping pills	pampatulog na pilduras
sleeve	manggas
slip	kamison, nagwas
slippers	tsinelas
slow	mahina, mabagal
slow train	mabagal na tren
small	maliit, malinggit, kaunti
small change	barya
smell	amoy
smoke	usok
smoke detector	detektor ng usok
smoked	pinausukan
snake	ahas
snorkel	isnorkel
snow	niyebe, isnow
snow (verb)	magniyebe
soap	sabon
soap powder	pulbos na sabon
soccer	saker

soccer match	labanan sa saker, tunggalian sa saker
socket (electric)	saket
socks	medyas
soft drink	inuming pampalamig
sole (of shoe)	suwelas
someone	isang tao
sometimes	minsan
somewhere	kung saan, sa
son	anak na lalaki
soon	agad, mayamaya, hindi magtatagal
sore (painful)	mahapdi, makirot
sore (ulcer)	ulser
sore throat	masakit ang lalamunan
sorry	pagsisisi
soup	sabaw, sopas
sour	maasim, panis
south	timog, sur
souvenir	subenir, alaala
soy sauce	toyo
spanner, wrench	panghigpit
spare	reserba, pamalit
spare parts	pamalit na piyesa
spare tire	pamalit na goma, reserbang goma
spare wheel	pamalit na gulong, reserbang gulong
speak	salita
special	espesyal, natatangi
specialist (doctor)	espesyalista
specialty (cooking)	kahusayan sa pagluto
speed limit	hangganan ng bilis/tulin
spell	magbaybay, magispeling
spices	rekado
spicy	malasa, marekado
spoon	kutsara
sport	isport, palakasan
sports center	sentro ng palakasan, isport senter
spot (place)	lugar, pook
spot (stain)	mantsa, batik
spouse	asawa, kabiyak
sprain	pilay
spring (device)	muwelye, kuwerdas
spring (season)	tagsibol
square (plaza)	liwasan, parke
square (shape)	parisukat, kuwadrado
square meter	metro kuwadrado
squash (game)	iskwas
squash (vegetable)	kalabasa
stadium	istadyum
stain	mantsa, dungis
stain remover	pang-alis ng mantsa
stairs	hagdan
stamp	selyo
stand (be standing)	nakatayo
stand up	tumayo
star	istar, bituin
starfruit	balimbing
start	simula
station	estasyon

Word list

15

statue	monumento, istatuwa
stay (in hotel)	nakatira sa otel
stay (remain)	maiwan
steal	magnakaw
steamed	pinasingawan
steel	bakal, asero
stepfather	amang panguman, tiyo
stepmother	inang panguman, tiya
steps	hakbang
sterilise	magpakulo, pakuluan
sticking plaster	plaster na pandikit
sticky tape	pandikit na teyp
stir-fried	madaliang pagluto
stitches (in wound)	tahi ng sugat
stomach (abdomen)	sikmura
stomach (organ)	tiyan
stomach ache	sakit ng tiyan
stomach cramps	pulikat sa tiyan
stools	bangkito, dumi ng tao
stop (bus-)	hintuan ng bus
stop (cease)	tumigil
stop (halt)	tigil
stopover	pansamantalang paghinto
store, shop	tindahan
storm	bagyo, unos
story (of building)	palapag
straight	tuwid
straight ahead	tuloy-tuloy
straw (drinking)	istro, pansipsip
street	kalye, lansangan
street vendor	tindero/a sa kalye, nagtitinda sa kalye
strike (work stoppage)	welga, aklasan
string	lubid
strong	malakas
study	pag-aaral
stuffed animal	hayop na pinalamnan
stuffing	pagpalamnan
subtitles	pangalawang pamagat
succeed	magtagumpay, maisakatuparan
sugar	asukal, matamis
suit	terno, bagay
suitcase	maleta
summer	tag-init, tag-araw
sun	araw
sunbathe	pagbibilad sa araw, paaraw
Sunday	Linggo
sunglasses	salamin sa araw
sunhat	sumbrero sa araw
sunrise	pagsikat ng araw
sunscreen	takip sa sikat ng araw
sunset	paglubog ng araw
sunshade	lilim ng araw
sunstroke	liwanag ng araw
suntan lotion	pamahid sa pagpapaaraw
suntan oil	langis santan
supermarket	malaking tindahan, supermarket
surcharge	dagdag-bayad

surf	alon, alimbukay, daluyong
surface mail	ordinaryong koreo
surfboard	surpbord, tablang pang-alon
surname	apelyido
surprise	supresa, nagulat
swallow	lunukin, lulunin
swamp	lati, latian
sweat	pawis
sweater	sweter, damit panlamig
sweet	tamis, matamis
sweetcorn	matamis na mais, murang mais
swim	paglangoy
swimming costume	damit panlangoy
swimming pool	languyan, paliguan
swindle	dayain, tansuin, subain
switch	suwits, pagbabago
synagogue	sinagog, sambahan ng mga Hudyo
syrup	arnibal, sirup

T

table	mesa, lamesa, papag
table tennis	pingpong
tablecloth	mantel, tapete
tablemat	mantel na maliit
tablespoon	kutsarang pangmesa
tablets	tableta, pilduras
tableware	gamit sa mesang kainan
take (medicine)	uminom ng gamot
take (photograph)	kunan ng retrato
take (time)	tagal
talk	pag-uusap, usapan
tall	mataas, matangkad
tampon	tampon, pasador
tanned	kulay kayumanggi
tap	gripo, tapik
tap water	tubig mula sa gripo
tape measure	medida, panukat
tassel	borlas, palawit
taste	panlasa
taste (verb)	tikman, lasahin
tax	buwis
tax-free shop	tindahang walang buwis
taxi	taksi, taksikab
taxi stand	himpilan ng taksi
tea (black)	tsaa
tea (green)	luntiang tsaa
teacup	tasa ng tsaa
teapot	tsarera
teaspoon	kutsarita
teat (bottle)	tsupon
telephoto lens	lenteng telepoto
television	telebisyon
telex	teleks
temperature (body)	mainit, may sinat
temperature (heat)	temperatura
temple	templo, simbahan

Word list

15

temporary filling	pansamantala pasak
tender, sore	masakit, mahapdi
tennis	tenis
ten	sampu
tent	tolda, kulandong
terminus	hangganan ng ruta, hangganan ng biyahe
terrace	terasa, asoteya
terribly	masyado, lubha, napaka
thank	salamat
thank you, thanks	salamat sa iyo, salamat
thaw	tumunaw, matunaw
theater	teatro, sinehan
theft	pagnanakaw
there	diyan, riyan, doon
thermometer (body)	init ng katawan
thermometer (weather)	termometro
thick	kapal, makapal
thief	magnanakaw
thigh	hita
thin (not fat)	payat, di mataba
thin (not thick)	manipis, malabnaw
think (believe)	paniwala
think (ponder)	mag-isip, nag-iisip
third (1/3)	pangatlo, ikatlong bahagi
thirsty	nauuhaw
this afternoon	ngayong hapon
this evening	ngayong gabi
this morning	ngayong umaga
thread	sinulid
throat	lalamunan
throat lozenges	kending panlalamunan
thunderstorm	bagyong may kulog at kidlat
Thursday	Huwebes
ticket (admission)	tiket sa pagpasok
ticket (travel)	tiket sa pagbiyahe
ticket office	bilihan ng tiket, tiketan
tidy	malinis, maayos
tie (necktie)	kurbata
tie (verb)	talian, magtali
tights (thick)	damit kapit-balat
tights (pantyhose)	pantihos, kapit-balat na panti at medyas
time (occasion)	pangyayari, pagkakataon
times (multiplying)	multiplikahin, paramihin
timetable	talaorasan, itiniraryo
tin (can)	lata
tin opener	abrelata
tip (gratuity)	tip, pabuya
tire	goma
tire pressure	puwersa ng goma
tissues	tisyu, himaymay, hilatsa
tobacco	tabako
today	ngayon
toddler	dalawa hanggang tatlong taong gulang na bata
toe	daliri ng paa
together	magkasama
toilet	kubeta, kasilyas, palikuran

toilet paper	papel pangkubeta
toilet seat	upuan sa kubeta
toiletries	gamit sa pag-aayos ng katawan
tomato	kamatis
tomorrow	bukas
tongue	dila
tonight	ngayong gabi
tool	gamit, kagamitan
tooth	ngipin
toothache	sakit sa ngipin
toothbrush	sipilyo sa ngipin
toothpaste	tutpeyst, kremang pansipilyo
toothpick	tutpik, pantenga, palito
top up	dagdagan
torch, flashlight	lente
total	kabuuan
tough	matatag, malakas, makunat
tour	pagliliwaliw, paglalakbay
tour guide	guide giya sa paglalakbay
tourist class	klase panturista
tourist information office	tanggapang pangimpormasyon ng turista
tow	hatak, hila
tow cable	kableng panghila, kableng panghatak
towel	tuwalya
tower	tore, kampanaryo
town	bayan
town hall	munisipyo
toy	laruan
traffic	trapiko
traffic light	ilaw trapiko
train	tren
train station	estasyon ng tren, himpilan ng tren
train ticket	tiket ng tren
train timetable	iskedyul ng tren
translate	salin, pagsasalin
travel	paglalakbay, pagbibiyahe
travel agent	ahente sa paglalakbay
traveler	biyahero, manlalakbay
traveler's cheque	tseke pambiyahero, tseke ng manlalakabay
treatment	trato, paggamot
triangle	triyanggulo, tatsulok
trim (haircut) trip	na trim magpagupit
truck	trak, bus
trustworthy	mapagkakatiwalaan
try on	on isukat
tube (of paste)	tubo ng pandikit
Tuesday	Martes
tuna	tuna
tunnel	daan sa ilalim ng lupa, tanel
turn off	patayin, isara
turn on	buksan
turn over	baligtarin
TV	TV/Telebisyon
TV guide	programa ng TV
tweezers	tiyani

| twin-bedded | dalawahang higaan |
| typhoon | bagyo |

U

ugly	pangit
UHT milk	gatas UHT
ulcer	ulser, nagnanaknak na sugat
umbrella	payong
under	sa ilalim, sa ibaba
underpants	kalsonsilyo, kasuotang panloob ng lalaki
underpass	lagusan sa ilalim ng lupa, lagos lupa
understand	unawain, intindihin
underwear	damit panloob
undress	maghubad
unemployed	walang trabaho
uneven	hindi pantay, hindi patag
university	unibersidad, pamantasan
unleaded	walang tingga
up	sa itaas, paitaas
upright	nakatayo, nakatindig
urgent	madalian, importante
urgently	kahalagahan, mahigpit na pangangailangan
urine	ihi
usually	karaniwan

V

vacate	iwan, lisanin
vacation	bakasyon, pamamahinga
vaccinate	pagbakuna, bakunahan
vagina	ari ng babae
valid	tunay, totoo, may bisa
valley	lambak
valuable	mahalaga, mamahalin
valuables	mahalagang bagay
van	ban, wegon
vase	plorera
vegetable	gulay
vegetarian	gulay lamang ang kinakain
vein	ugat
velvet	pelus, tersiyopelo
vending machine	makinang nagtitinda, makinang tindahan
venomous	makamandag
venereal disease	disease sakit na nakuha sa pagseseks, sakit sa babae
vertical	patindig, patayo
via	sa pamamagitan ng
video camera	bideo kamera
video cassette	bideo kaset
video recorder	bideo rekorder
view	tanawin
village	nayon, baryo
visa	bisa, visa
visit	pagdalaw, pagbisita, pagpunta
visiting time	oras ng pagdalaw
vitamins	bitamina

vitamin tablets	tabletang bitamina
volcano	bulkan
volleyball	balibol
vomit	suka, pagsusuka

W

wait	hintay, maghintay
waiter	weyter, serbidor
waiting room	silid hintayan
waitress	weytres, serbidora
wake up	gumising
Wales	Wales
walk (noun)	lakad
walk (verb)	lumakad
walking stick	tungkod
wall	pader, bakod
wallet	pitaka, kortamoneda
wardrobe	aparador
warm	medyo mainit
warn	babala, paalaala
warning	pagbabala, pagpapaalaala
wash	hugas, hugasan
washing	paghuhugas
washing line	sampayan
washing machine	makinang panlaba
wasp	putakti
watch	manood, magbantay, magmasid
water	tubig
water-skiing	talon
waterfall	pag-iski sa tubig
waterproof	hindi nababasa
way (direction)	daan
way (method)	paraan
we	kami, tayo
weak	mahina
wear	suot, magsuot
weather	panahon, klima
weather forecast	magiging panahon, magiging klima
wedding	kasalan
Wednesday	Miyerkoles
week	linggo
weekday	araw ng linggo
weekend	Sabado at Linggo
weigh	sukat, timbang
weigh out	sukatin, ayusin sa timbang
welcome	maligayang pagbati
well (for water)	balon
well (good)	mabuti
west	kanluran
wet	basa
wetsuit	witsut, damit pantubig
what?	ano?
wheel	gulong
wheelchair	upuang may gulong
when?	kailan?
where?	saan?

which?	alin?
white	puti
white wine	puting alak
who?	sono?
why?	bakit?
wide-angle lens	malapad na lente ng kamera
widow	balong babae, biyuda
widower	balong lalaki, biyudo
wife	asawa
wind	hangin
window (in room)	bintana
window (to pay)	takilya
windscreen, windshield	windiskrin
windscreen wiper	pampunas ng windiskrin
wine	alak
winter	taglamig
wire	alambre, kawad
witness	testigo, saksi
woman	babae
wonderful	kahanga-hanga, napakahusay
wood	kahoy
wool	balahibo ng hayop
word	salita
work	trabaho, gawain, hanapbuhay
working day	araw na may trabaho
worn	pagod, pagal
worried	nag-aalala, nangangamba
wound	sugat
wrap	balot, balutin
wrench, spanner	liyabe, panghigpit
wrist	pulso, galang galangan
write	sumulat, magsulat
write down	isulat
writing pad	sulatang pad
writing paper	sulatang papel
wrong	mali

Y

yarn	sinulid, hilatsa
year	taon
yellow	dilaw
yes	oo
yes please	oo salamat
yesterday	kahapon
you	ikaw, ka, kayo
youth hostel	pangkabataang tirahan

Z

zip	siper, sipkod
zoo	su
zucchini	sukini

Word list

15

Basic grammar

1 Sentence construction

A sentence is a group of words expressing a single thought. As in English, a sentence in Tagalog consists of a topic and a predicate (or comment about the topic), e.g. *Si Juan* [topic] *ay tumakbo* [predicate] (John ran). In most cases the predicate in simple sentence comes before the topic, e.g. *Tumakbo si Juan* (John ran). There are other classes of sentences such as subjectless sentences and existential sentences. For the purposes of this phrase book, a knowledge of basic sentence construction will help users to form sentences in Tagalog.

Akoy ay si Maria	I am Maria
Kayumanggi ang kulay ng lupa	Brown is the color of earth
Matamis ang manggang hinog	The ripe mango is sweet
Nag-aaral si Ana	Ana is studying
Manonood ako ng sine	I am going to see a movie
Maysakit ka ba?	Are you sick?
Sino ang titser mo?	Who is your teacher?

The topic is normally a noun which is the name of anything. There are two classes of nouns: common, e.g. *tao* (man), *puso* (heart), *hayop* (animal), *aso* (dog); and proper, e.g. *Juan* (John), *Ana* (Anne), *Dios* (God). A pronoun is sometimes used instead of a noun.

Nouns have three numbers: singular, e.g. *aklat* (book); dual, e.g. *dalawang aklat* (two books); and plural, e.g. *mga aklat* (books). In Tagalog nouns are made plural by adding the word *mga* (an article that denotes plurality) to the singular word, e.g. *bata* (boy), *mga bata* (boys); *papel* (paper), *mga papel* (papers).

Nouns have four genders: masculine, e.g. *ama* (father); feminine, e.g. *ninang* (godmother); common, e.g. *pinsan* (cousin); and neuter, e.g. *bahay* (house).

Nouns have three cases: nominative, as in *ang balaraw ay matulis* (the dagger is sharp); possessive, as in *ang pangalan ng aking ina ay Maria* (my mother's name is Maria); and objective, as in *ang aking pera ay nasa ibabaw ng mesa* (my money is on the table).

Predicates are of various kinds: verbal adjective, as in *umiyak si Clinton* (Clinton cried); adjectival, as in *mabaho si Todd* (Todd is smelly); nominal, as in *manunulat si Sammy* (Sammy is a writer); and prepositional, as in *para sa kapatid mo ang bisikleta* (the bicycle is for your brother). The predicate-topic pattern is used in the above examples. Using the topic-predicate pattern they would be *si Clinton ay umiyak; si Todd ay mabaho; si Sammy ay isang manunulat; ang bisikleta ay para sa iyong kapatid.*

2 Verb conjugation

Some verbs are conjugated but some are not, such as *ay* (to be). There are four commonly used ways of conjugating verbs in Tagalog. These are the *UM, MAG, MA,* and *MANG* form conjugations.

1. In the *um* conjugation we duplicate the first syllable and insert *um* for the present tense; insert *um* after the first syllable for the past tense; and reduplicate the first syllable for the future tense. Example: root word *takbo* (to run); present *tumatakbo*; past *tumakbo*; future *tatakbo*.

2. In the *mag* conjugation we change the prefix *m* to *n* and reduplicate the first syllable for the present tense; change the prefix *m* to *n* for the past tense; and reduplicate the first syllable and prefix *mag* to the root word for the future tense. Example: root word *tanim* (to plant); present *nagtatanim*; past *nagtanim*; future *magtatanim*.

3. In the *ma* conjugation we change *m* to *n* and follow the same procedure, using the prefic *ma* instead of *mag*. Example: root word *takot* (to fear); present *natatakot*; past *natakot*; future *matatakot*.

4. In the *mang* conjugation we change *m* to *n* and follow the same procedure as for the *mag* and *ma* conjugations, except for root words beginning with *p* or *b*, where *mang* becomes *mam*, and for root words beginning with *t* or *d*, where *mang* becomes *man*.
Examples:
a) root word *bili* (to buy); present *namimili*; past *namili*; future *mamimili*.
b) root word *gulo* (to make trouble); present *nanggugulo*; past *nanggulo*; future *manggugulo* (future).
c) root word *dukot* (to kidnap); present *nandudukot*; past *nandukot*; future *mandudukot*.

3 Helpful hints: use of *may* and *mayroon*

In most cases, forming a sentence requires the use of the auxiliary verb *may*. We use *may* when it is followed by a noun, an adjective, a verb, the article *mga*, or the possessive pronoun. Examples:

May tao sa labas ng pinto	There's someone outside the door
May marunong na anak si Maria	Maria has a talented child
May itatanong ka ba sa akin?	Have you a question to ask me?
May mga nangungupahan sa kanila	There are tenants in their place
Ang bahay ay may pinta	The house is painted

Mayroon (a quasi-verb auxiliary verb) is used in several ways. We use *mayroon* in a sentence if there is a word between *mayroon* and a noun or adjective, or followed by a verb; as an answer to a question; as the equivalent of 'there is' and 'none' or 'nothing'; and if followed by a nominative pronoun. Examples:

Mayroon palang tao sa labas ng pinto	So there's someone outside the door
May bagong damit ka ba?	Do you have a new dress?
Mayroon akong bagong damit	Yes, I have a new dress
Hindi lahat ay tumanggaip ng bigas; mayroong wala	Not all have received the rice; some have none
Mayroong anak na dalaga si Petra	Petra has an unmarried daughter

4 Foreign influence

The Tagalog language is full of loan words, the majority of which are from Spanish and English. Because of loan words and the official national language policy which allows the use of foreign words in Tagalog, there is a tendency among Tagalog native speakers, particularly in Manila, to speak in the slang language known as Taglish (Tagalog + English) or Engalog (English + Tagalog). The main features of this method of speaking are words and phrases adapted from the different principal dialects and foreign languages.